YORUB
ENGLISH-YORUBA
Concise Dictionary

Ọlabiyi Babalọla Yai

New York

For information, address:
HIPPOCRENE BOOKS
171 Madison Avenue
New York, NY 10016

ISBN 0-7818-0263-6

Printed in the United States of America.

CONTENTS

Foreword 6

List of Abbreviations 8

Guide to Pronunciation 9

Yoruba-English Dictionary 13

English-Yoruba Dictionary 115

FOREWORD

Yoruba is spoken in Nigeria, Benin Republic and Togo. A lingua franca in West Africa since pre-colonial days, Yoruba retained this role among enslaved Africans in large parts of the America. Today, Yoruba has undergone a process of modernization in Africa by absorbing or creating new words, as a result of contact with the Occident. It remains the most widely spoken language in African religious ceremonies in the Western hemisphere, from Brazil to the United States of America, through Trinidad and Cuba. This dictionary endeavors to reflect all these functions. It is a useful tool for students, business people travelers and people with interest in Yoruba and other African religions and cultures.

Every entry is accompanied by a transcription in the alphabet of the other language. The author has tried, as much as possible, to draw on the pronunciation habits and spelling traditions of English and Yoruba speakers. Parts of speech are indicated in *italics*.

LIST OF ABBREVIATIONS

adj	adjective
adv	adverb
conj	conjuction
interj	interjection
n	noun
prep	preposition
pron	pronoun
v	verb

GUIDE TO PRONUNCIATION

Yoruba	English equivalent
a	ma rch
b	*b*ull
d	*d* eep
e	d*ay*
ẹ	*e* gg
f	*f* ire
g	*g* uy
gb	*g* and *b* *simultaneously*
h	*h* ouse
i	b*ee*
j	*j* aguar
k	*k* ind
l	*l* ane
m	*m* ill

n	*n* est
o	co*l*d
ọ	*s*aw
p	*p* and *k simultaneously*
r	*r* oad
s	*s* ea
ṣ	*sh* e
t	*t* oe
u	coo*l*
w	*w* ell
y	*y* es

Yoruba has nasal vowels. Nasalization is
symbolized with a *n* added to the normal, oral
vowel. The *n* should therefore not be
pronounced.

Ex: ọkàn, heart

Yoruba is a tonal language. It has three tones
namely Low, Mid and High. Tones are marked
on vowels or on n, when it symbolizes the
fundamental nasal.

Low tone is symbolized with a grave accent.

Ex:　yà = to pass

High tone is symbolized with an acute accent.

Ex:　yá = to borrow

Mid tone is unmarked.

Ex:　ya = to tear

Yoruba-English
Dictionary

A

a [a] *prn* we
á [a] *pref* a prefix denoting future
àábò [aabo] *n* protection
àábọ̀ [aabaw] *n* half
àárẹ̀ [aare] *n* fatigue
àárin [aareen] *n* center, middle
àárọ̀ [aaraw] *n* morning
ààwẹ̀ [aawe] *n* fasting
aáwọ̀ [aawaw] *n* quarrel
aáyàn [aayaw] *n* effort, perseverance
aáyán [aayan] *n* cockroach
ààyò [aayo] *n* favorite
àbá [aba] *n* suggestion
abà [aba] *n* farm settlement, small village
àbàlá [abala] *n* pudding

abàmi [abamee] *adj* notable, extraordinary, marked

àbámò [abamon] *n* regret, remorse

àbàrá [abara] *n* slap

àbàtà [abata] *n* marsh, swamp

àbàwón [abawon] *n* stain

abarapá [abarakpa] *n* healthy person

abèṣe [abayshay] *adj* wicked

abẹ [abe] *n* razor

abẹ́ [abe] *n* underpart, genitals

àbèbè [abebe] *n* fan

àbélà [abela] *n* candle

abélè [abele] *adj* underground

Abéòkúta [abeokoota] *n* Abeokuta, name of a town

abéré [abere] *n* needle

abinibí [abeeneebee] *adj* hereditary, traditional

abiyamọ [abeeyamon] *n* woman with a family

abo [abo] *n* female

àbòsí [abosee] *n* trickery

aboyún [aboyun] *n* pregnant woman

àbọ̀ [abaw] *n* arrival

abọ́ [abaw] *n* bowl

àbọ̀ábá [abaw-aba] *n* reserve

àbọrúbọyè [abawrubawyay] *n* greeting to a diviner

abuké [abookay] *n* hunchback

àbùkù [abookoo] *n* shortcoming, shame

àbùkún [abookun] *n* blessing

abúlé [aboolay] *n* village

aburadà [aboorada] *n* umbrella

àbúrò [abooro] *n* younger sibling

àdá [ada] *n* machete

àdàbá [adaba] *n* turtle dove

adáhunṣe [adaunshay] *n* traditional doctor

adájọ́ [adajaw] *n* judge

àdán [adan] *n* bat

àdánù [adanoo] *n* loss

àdàpè [adakpay] *n* alias

àdáyébá [adayayba] *n* inheritance

adé [aday] *n* crown

àdéùn [aday-un] *n* agreement, appointment

adìẹ [adee-e] *n* chicken

àdín [adeen] *n* oil obtained from kernel of palm oil, unguent

àdìrẹ [adeere] *n* tie-dye cloth, batik

adití [adeetee] *n* deaf

àdó [ado] *n* small gourd

Àdó [ado] *n* Benin City

Ado [ado] *n* Adó town

àdúgbò [adoogbo] *n* ward, quarter in a town

adúláwò [adoolawaw] *n* black person

adùn [adoon] *n* sweetness

àdúrà [adoora] *n* prayer

àfàìmò [afaeemo] *n* unpredictable situation

àfara [afara] *n* indolence, slackness

afárá [afara] *n* bridge

afẹ́fẹ́ afefe] *n* wind

afẹ́rẹ́ afere] *n* breeze

àfi afee] *n* exception

afín [afeen] *n* albinos

Afíríkà [afirika] *n* Africa

àfiwe [afeeway] *n* comparison, metaphor

àfo [afo] *n* gap, blank, valley

àfojúdi [afojoodee] *n* disrespect,
impertinence

àrán [aran] *n* velvet

àsíá [aseea] *n* flag

àfòmó [afomon] *n* mistletoe

àforíjìn [aforeejeen] *n* pardon,
magnanimity,

àforìtì [aforeetee] *n* endurance

afójú [afawjoo] *n* blind

àfòsẹ [afawshe] *n* incantation

àga [aga] *n* chair

agà [aga] *n* ladder

àgàbàgebè [agabagaybay] *n* hypocrite,
tartuffe

agada [agada] *n* scimitar

àgádágodo [agadagodo] *n* padlock

àgàn [agan] *n* barren person

Aganjú [aganjoo] *n* Aganju deity, an
avatar of Sàngó

agẹmọ [agemon] *n* chameleon

àgèrè [agere] *n* Ogun's drum and rhythm

agídí [agueedee] *n* obstinacy

àginjù [agueenjoo] *n* desert

àgò [ago] *n* permission to enter a home

agogo [agogo] *n* bell, clock, time

àgọ́ [agaw] *n* tent, encampment

àgùàlà [agwala] *n* Venus (planet)

àgùdà [agooda] *n* Catholic, Afro-Brazilian returnee

àgùnfọn [agunfon] *n* crowned crane

àgúnmu [agoonmoo] *n* medicine

àgùntàn [agoontan] *n* sheep

àgbà [agba] *n* adult

àgbá [agba] *n* barrel

àgbá [agba] *n* canon

agbádá [agbada] *n* male gown

àgbàdo [agbado] *n* maize

àgbàlá [agbala] *n* backyard

agbára [agbara] *n* force, strength

àgbàrá [agbara] *n* torrent

agbárí [agbaree] *n* skull

agbè, akèngbè [agbay, akay-n-gbay] *n* gourd

agbe [agbay] *n* mendicity

agbe [agbay] *n* blue Touraco bird

agbede méjì [agbayday mayjee] *n* center, midway between two points

àgbékà [agbayka] *n* building with multiple floors

àgbélébùú [agbaylayboo] *n* cross

agbeni [agbaynee] *n* supporter

agbéraga [agbayraga] *adj* arrogant

àgbèrè [agbayray] *n* adultery, prostitution

àgbéré [agbayray] *n* insult, impertinence, insolence

àgbè [agbe] *n* farmer

àgbèdè [agbede] *n* forge, blacksmith

àgbò [agbo] *n* ram

àgbo [agbo] *n* medicinal concoction

agbo [agbo] *n* herd, crowd

agboolé [agboolay] *n* compound of houses

àgbọn [agbon] *n* coconut

àgbọ̀n [agbon] *n* chin

agbọ̀n [agbon] *n* basket

agbọ́n [agbon] *n* wasp

àgbọ̀nrín [agbonreen] *n* deer, gazelle

ahá [aha] *n* small calabash used for drinking

ahéré [ahayray] *n* farm shack

ahoro [ahoro] *n* ruins

ahọ́n [ahon] *n* tongue

ahun [ahoon] *n* tortoise

ahun [ahoon] *n* miser

àìmọye [aimoyay] *adj* countless, indeterminate

àìní [aeenee] *n* poverty, deprivation

àjà [aja] *n* ceiling

ajá [aja] *n* dog

àjànàkú [ajanakoo] *n* elephant

Ajé [ajay] *n* goddess of wealth

ajé [ajay] *n* money, commerce

àjèjì [ajayjee] *n* stranger

àjẹ́ [aje] *n* witch; witchcraft; esoteric knowledge

ajẹ́lè [ajelel] *n* governor, ambassador

àjídèwe [ajeedayway] *n* rejuvenating medicine

àjínde [ajee-n-day] *n* resurrection, Easter

àjò [ajo] *n* journey

ajogun [ajogoon] *n* maleficent forces

àjọ [ajaw] *n* meeting

àkàla [akala] *n* hornbill
àkàrà [akara] *n* cake made from beans
àkekèe [akaykay] *n* scorpion
àkẹtẹ̀ [akete] *n* hat
akin [akeen] *n* hero, courage
akínkanjú [akeen konjoo] *adj* brave
àkísà [akeesa] *n* rags
akítì [akeetee] *n* monkey
àkójọ [akojaw] *n* bundle, collection
àkókò [akoko *n* time
akòko [akoko] *n* type of sacred tree
akólòlò [akololo] *v* stammer
àkọ̀ [akaw] *n* scabbard
akọ [akaw] *n* male
àkọ́kọ́ [akawkaw] *adj* first, foremost
akọni [akawni] *n* brave
àkọsílẹ̀ [akawseele] *n* writing
àkùkọ [akookaw] *n* rooster
àlà [ala] *n* white cloth
àlá [ala] *n* dream
àlàáfíà [alaafia] *n* peace, good health
alága [alaga] *n* chairperson, president
alágbẹdẹ [alagbede] *n* blacksmith

Aláàfin [alaafeen] *n* king of Ọ̀yọ́ kingdom

Aláké [alakay] *n* King of the Ẹ̀gbá

alángbá [ala-oon-gba] *n* lizard

alántakùn [alaoontakoon] *n* spider

alápàándẹ̀dẹ̀ [alakpaoondede] *n* swallow

alápatà [alakpata] *n* butcher

Alápìnnì [alakpeenee] *n* the most senior title holder among the Egungun ancestors' cult

àlàyé [alayay] *n* explanation

àlè [alay] *n* concubine

alèébù [alaybe] *n* defect, fault

àlejò [alayjo] *n* stranger

alẹ́ [ale] *n* evening

àlọ́ [alaw] *n* riddle, folktale

àlùbáríkà [aloobarika] *n* blessing

alubàtá [aloobata] *n* bàtá drummer

àlùbọ́sà [aloobawsa] *n* onion

àlùfáà [aloofaa] *n* Muslim priest, Christian priest

àlùjá [alooja] *n* kind of rhythm associated with Sàngo deity

àlùjọ̀nnú [aloojawnoo] *n* evil spirit

àlùkáwàní [alookawanee] *n* reliability

àlùmọ́nì [aloomonee] *n* treasure

àlùwàlá [aloowala] *n* ablutions

àmàlà [amala] *n* food made of yam flour

Amérìkà [amerika] *n* America

àmì [amee] *n* mark, symbol

àmí [amee] *interj* Amen

amí [amee] *n* spy

àmọ́ [amon] *conj* but

amọ̀ [amon] *n* clay

amọ̀kòkò [amonkoko] *n* potter

àná [anan] *n* in-law, relative by marriage

àna [anan] *n* yesterday

ànàgó [anago] *n* ancient Yoruba language,
  Yoruba subgroup in Western Yorubaland

ànfààní [aoonfaanee] *n* advantage

àníyàn [aneeyan] *n* solicitude

ánkásììfì [amkasheefee] *n* handkerchief

àpà [akpa] *n* prodigal

àpá [akpa] *n* scar

apá [akpa] *n* arm

apàlọ́ [akpalaw] *n* storyteller

àpapọ̀ [akpakpaw] *n* set, addition

àpárá [akpara] *n* joke

àparò [akparo] *n* partridge, bush fowl

àpáta [akpata] *n* rock

àpéjọ [akpayjaw] *n* reunion

apẹ́ [akpe] *n* applause

apèrè [akpere] *n* basket

àpeere [akpe-ere] *n* example

àpíntí [akpee-n-tee] *n* type of drum

àpò [akpo] *n* bag, pocket

apó [akpo] *n* quiver

àpòlá [akpola] *n* stomach

àpọ́n [akpon] *n* bachelor

ààrá [aara] *n* lightening

àrà [ara] *n* novelty, fashion, style

ara [ara] *n* body

ará [ara] *n* citizen of

àràbà [araba] *n* cotton silk tree

Àràbà [araba] *n* the most senior priest of Ifá

aràbarà [arabara] *adj* variegated

aràrá [arara] *n* dwarf

àrè [aray] *n* stranger, bohemian

arédè [arayday] *n* Western style marriage

àrèmọ [aremon] *n* eldest son of a king

arò [aro] *n* lament, dirge

aró [aro] *adj* indigo

àróbò [arobaw] *n* middleman business, petty trade

àrọ [araw] *n* funnel

arọ [araw] *n* cripple, disabled

arúgbó [aroogbo] *n* old person

àrùn [aroon] *n* disease

àrùn-ún [aroo-oon] *n* five

asán [asan] *n* uselessness

àṣá [asha] *n* kite

aṣa [asha] *n* rascal, deviant person

àṣejù [ashayjoo] *n* excess, exaggeration

àṣẹ [ashe] *n* divine power, authority, order, vital force

àṣẹ́ [ashe] *n* menstruation

aṣẹ́wó [ashewo] *n* prostitute

aṣiwèrè [asheewayray *n* madman

aṣìkà [asheeka] *n* wicked person

Aṣípa [asheekpa] *n* pioneer; official title, in many associations

àṣírí [asheeree] *n* secret

aṣojú [ashojoo] *n* representative

aṣọ [ashaw] *n* cloth

ata [ata] *n* pepper

àtàtà [atata] *adj* important

àtè [atay] *n* resin

ate [atay] *n* hat

àtẹ́ [ate] *n* saltless food, insipidity

atẹ́gùn [ategoon] *n* wind

àtègùn [ategoon] *n* ladder

àtẹ́lẹsẹ̀ [atelese] *n* sole of the foot

àtẹ́lẹwọ́ [atelewaw] *n* palm of the hand

àti [atee] *conj* and

àtijọ́ [ateejaw] *n* past times

ato [ato] *n* female initiated into Egungun (ancestors) cult

àwa [awa] *pron* we (emphatic)

àwàdà [awada] *n* joke

àwígbọ́ [aweegbaw] *n* obedience

àwíìgbọ́ [awee-eegbaw] *n* disobedience

àwìn [aween] *v* buying on credit

àwítúnwí [aweetoonwee] *n* repetition

àwo [awo] *n* plate

awò [awo] *n* eyeglasses

awo [awo] *n* secret, knowledge

awó [awo] *n* guinea fowl

àwòdì [awodee] *n* kite

àwọ̀ [awaw] *n* color

awọ [awaw] *n* skin, leather

àwọn [awon] *pron* they (emphatic)

àwòn [awon] *n* net

awọ́n [awon] *n* tongue

àwùjọ [awujaw] *n* assembly, public, audience

Awúsá [awusa] *n* Hausa

àyà [aya] *n* chest

aya [aya] *n* wife

ayaba [ayaba] *n* queen

Àyàn [ayan] *n* Ayan, deity of the drummers

àyànmọ́ [ayanmon] *n* destiny, fate

ayé [ayay] *n* world, life

àyè [ayay] *n* chance, opportunity, space

ayọ̀ [ayaw] *n* happiness, joy

B

bà [ba] *v* perch, impinge on, hit

bá [ba] *v* join

baálé [baalay] *n* head of the family

baálè̩ [baale] *n* chief of a town

bààlúù [baaloo] *n* airplane

bàbà [baba] *n* guinea corn, millet

bàbà, baba [baba] *n* father

bàjé̩ [baje] *v* spoil

balè̩ [bale] *v* touch the ground, land

balógun [balogoon] *n* commander, general

bàmu [bamoon] *n* fit

Ba̩s̩òrun [bashawroon] *n* Prime Minister

bàtà [bata] *n* shoe

báwo [bawo] *adv* how

báyií [bayray] *v* ask

bè̩ [be] *v* beg, request

bẹ [be] *v* peel, slit

bẹ́ [be] *v* cut off, remove

bẹ́ [be] *v* burst

bèbẹ̀ [bebe] *v* beg

béẹ̀ [be-e] *adv* thus

béẹ̀ni [be-e nee] *adv* yes

bènbẹ́ [be-oon-be] *n* benbe drum, religious ceremony

bèrẹ̀ [bere] *v* begin

bì [bee] *v* vomit

bi [bee] *v* ask

bí [bee] *v* give birth to

bí [bee] *adv* if

bíi [bee] *adv* like

bínú [beenoo] *v* anger

bò [bo] *v* cover

bó [bo] *v* peel

bọ̀ [baw] *v* return, come

bọ̀ [baw] *v* insert, put on a garment or shoes

bọ [baw] *v* worship

bọ́ [baw] *v* slip, escape

bọ̀ [baw] *v* remove garment

bọ́ [baw] *v* feed

bọ̀ọ̀kiní, bọ̀rọ̀kiní [bawraw keenee] *n* gentleman, respectable person

bọ̀ọ̀lì [bawlee] *n* roasted plantain

bọ́ọ̀lù [bawloo] *n* ball

bọrọgidi [bawrawgeedee] *adj* shapeless

bọ̀tí [bawtee] *n* malt

bọ́yá, bọ́ya [bawya] *adv* perhaps

bu [boo] *v* become moldy

bú [boo] *v* insult, abuse

bùbá [booba] *n* garment worn by women or men

búburú [boobooroo] *adj* bad

bùkù [bookoo] *v* reduce

bùkún [bookoon] *v* increase

bùn [boon] *v* give, endow

búra [boora] *v* swear

búrẹ̀dì [booredee] *n* bread

burẹ̀wa [boorewa] *adj* ugly

burú [booroo] *adj* evil, naughty, wicked

burúkú [boorookoo] *adj* bad

Bùrùkúù, Bùùkúù [boorookoo-oo, bookoo-oo] *n* Nàná Bùúkúù the primordial female deity

E

ebè [aybay] *n* heap for planting

ebi [aybee] *n* hunger

èbúté [aybootay] *n* harbor

èdè [ayday] *n* language

èèbó [aybo] *n* European, Caucasian, English or any European language

èédú [ay-ay-doo] *n* charcoal

èéfín [ay-ay-feen] *n* smoke

èéfọ́ [ay-ay-faw] *n* fragment

èèmọ̀ [ayaymon] *n* strange occurence

èèpo [ayaykpo] *n* bark; peel of fruit

èèrà [ayayre] *n* ant

èérí [ayayree] *n* dirt

èèwọ̀ [ayaywaw] *n* taboo

ègbè [aygbay] *n* chorus

ègbo [aygbo] *n* mashed maize, preferred food of Ọ̀batala god

egbò [aygbo] *n* root

egbò [aygbo] *n* ulcer

egbògi [aygbogee] *n* medicine

egungun [aygoongoon] *n* bone

Egúngún [aygoongoon] *n* ancestors

ehín, eyím [ay-heen] *n* tooth

ehoro [ayhoro] *n* rabbit

èje [ayjay] *num* seven

èjì [ayjee] *num* two

eji [ayjee] *n* rain

Èjìgbò [ayjeegbo] *n* Ejigbo town where Òrìsà Ògìyán hail from

èjìrẹ́ [ayjeere] *n* twins

ejò [ayjo] *n* snake

èkìti, òkìyi [aykeetee, okeetee] *n* heap, large mound

Èkiti [aykeetee] *n* Ekiti people, a subgroup of Yoruba

Èkó [ayko] *n* Lagos City

ekòló [aykolo] *n* earthworm

eku [aykoo] *n* rat

èkùrọ́ [aykooraw] *n* palm nut

èkuru [aykooroo] *n* food made of beans, boiled and ground; favorite food of Ọ̀bàtálá.

èkúté [aykootay] *n* rat

èlé [aylay] *adj* surplus, excess

eléré [aylayray] *n* actor

èlò [aylo] *n* tool, utensil, instrument

èló [aylo] *adv* how much?

è'ùbọ́ [ayloobaw] *n* yam flour

èmi [aymee] *pron* me, I (emphatic)

ení [aynee] *num* one (counting)

ènìyan [ayneeyan] *n* person, human being

èpè [aykpay] *n* curse

epo [aykpo] *n* palm oil, oil

èrè [ayray] *n* advantage, profit

ère [ayray] *n* mask, carved figure

eré, iré, aré [ayray, eeray, aray] *n* play

erèé [ayray-ay] *n* beans

erin [ayreen] *n* elephant

Erinlè [ayreenle] *n* Erinle god (hunter)

èrò [ayro] *n* passenger, traveler

èro [ayro] *n* thought

èròja [ayroja] *n* ingredient, element

èrú [ayroo] *n* dishonesty

eruku [ayrookoo] *n* dust

èsì [aysee] *n* reply

èso [ayso] *n* fruit

eṣinsin [aysheensheen] *n* fly

Èṣu, Èṣù [ayshoo] *n* messenger god

ètè [aytay] *n* lip

ète [aytay] *n* plan, project, intention

etí [aytee] *n* ear

ètùtù [aytootoo] *n* atonement

èwe [ayway] *n* young; time of youth

ewé [ayway] *n* leaf

èwo [aywo] *pron* which one?

ewu [aywoo] *n* danger

ewú [aywoo] *n* grey hair

ewúrẹ́ [aywoore] *n* goat

èyǐí [ay-yee] *pron* this, this one

ẹ [e] *pron* you

èbá [eba] *n* vicinity

Ẹ

ẹ̀ba   [eba]   *n*   food made from cassava flour

ẹ̀bi   [ebee]   *n*   guilt

ẹbí   [ebee]   *n*   family

ẹbọ   [ebaw]   *n*   sacrifice, offering

ẹbọra   [ebawra]   *n*   deity, spirit

ẹ̀bùn   [eboon]   *n*   gift

ẹ̀dà   [eda]   *n*   copy

ẹ̀dá   [eda]   *n*   creature

ẹ̀dọ̀   [edaw]   *n*   liver

ẹ̀dọ̀foro   [edawforo]   *n*   lungs

Ẹ̀dú   [edoo]   *n*   one praise name of Ifa
    Ọ̀rúnmìlà

ẹdùn   [edoon]   *n*   stone ax, thunderbolt

ẹ̀fọn   [efon]   *n*   mosquito

ẹfọ̀n   [efon]   *n*   buffalo

ẹfun   [efoon]   *n*   chalk

ẹ̀gbà   [egba]   *n*   bracelet, bangle

ẹ̀gbà   [egba]   *n*   paralysis

Ẹ̀gbá [egba] *n* Egba people, a Yoruba sub-group

ẹgba [egba] *v* whip

Ẹ̀gbádò [egbado] *n* Egbado people, a Yoruba sub-group

ẹ̀gbẹ́ [egbe] *n* side

ẹgbẹ́ [egbe] *n* association, club, society

ẹ̀gbẹ̀rì, ọ̀gbèrìn [eqberee, awgberee] *n* uninitiated person, layperson

ẹgbẹ̀rùn-ún [egberookoon] *num* one thousand

ẹ̀gbọ́n [egbon] *n* older kinsman

ẹ̀gbun [egbeen] *n* dirt, filth (moral)

ẹ̀gẹ́ [ege] *n* cassava

ẹ̀gún [egoon] *n* thorn

ẹ̀há [eha] *n* segregation, isolation

ẹ̀hìn, ẹ̀yìn [eheen, eyeen] *n* back

ẹja [eja] *n* fish

ẹ̀jẹ̀ [ejel] *n* blood

ẹ̀jẹ́ [eje] *n* promise

ẹ̀jọ [ejaw] *num* eight

ẹjọ [ejaw] *n* lawsuit

ẹ̀kọ́ [ekaw] *n* lesson, education

ẹ̀kún [ekɔɔn] *n* fullness

ẹkùn [ekɔɔn] *n* leopard

ẹkún [ekɔɔn] *n* crying, weeping

ẹ̀là [ela] *n* fragment

ẹlédè [elede] *n* pig

Elẹ́gba [elegba] *n* Elegba, Ẹṣu, messenger god

ẹ̀lú [elɔɔ] *n* indigo tree

ẹmẹwa [emewa] *n* dignitary's messenger

ẹmí [emee] *n* life

ẹmu [emɔɔn] *n* palm wine

ẹn [en] *adv* yes

ẹni [enee] *n* person

ẹní [enee] *n* mat

ẹnu [enɔɔn] *n* mouth

ẹ̀pà [ekpa] *n* peanut

ẹpọ̀n [ekpɔn] *n* scrotum

ẹram [eran] *n* meat

ẹ̀rẹ̀kẹ́ [ereke] *n* check

ẹ̀rí [eree] *n* evidence, testimony

ẹ̀rin [ereen] *num* four

ẹ̀rín [ereen] *n* laughter

èró [eraw] *n* antidote, propitiation, tenderness

èrù [eroo] *n* fear

erù [eroo] *n* burden, responsibility

erú [eroo] *n* slave

èsan [easn] *n* revenge, retaliation

èsán [esan] *num* nine

esè [ese] *n* foot

ese [ese] *n* row, stanza, verse

èsó [esaw] *n* carefulness, gentleness

èsin [esseen] *n* religion

èsè [eshe] *n* offence

èsé [eshe] *n* fist, punch

esin [sheen] *n* horse

èsó [eshaw] *n* guard

èta [eta] *num* three

ètè [ete] *n* leprosy

ètù [etoo] *n* guinea fowl

ètù [etoo] *n* gown powder

etu [etoo] *n* duiker, antelope

èwà [ewa] *n* bean

ewà [ewa] *n* beauty

èwòn [ewon] *n* chain, prison

ẹ̀wu [ewoo] *n* clothing

eyẹ [eye] *n* bird

eyẹlé [eyelay] *n* pigeon

ẹ̀yin [eyeen] *pron* you (emphatic)

ẹyin [eyeen] *n* egg

ẹ̀yọ̀ [eyaw] *n* Yoruba (Ọ̀yọ́) language

ẹyọ [eyaw] *n* one item, unit

F

fà [fa] *v* pull

fá [fa] *v* scrap

fààjì [faajee] *n* enjoyment, pleasure

fáárà [faara] *v* approach, preface

fáàrí [faaree] *n* ostentation

fàdákà [fadaka] *n* silver

fajúro [fajooro] *v* frown

fàyọ [faysee] *v* reveal, draw a conclusion, deduce

fèrèsé [fayraysay] *n* window

fèsì [faysee] *v* answer, reply

fè [fe] *v* widen, enlarge

fé [fe] *v* blow

fẹ́ [fe] *v* like, desire, love, wed

félé [fele] *adj* flimsy

féràn [feran] *v* love

férè [fere] *adv* almost, nearly

fẹ́wọ́ [fewaw] *v* pilfer

fì [fee] *v* whirl, swing

fi [fee] *v* put

fílà [feela] *n* cap

fín [feen] *v* air out, fumigate

fín [feen] *adj* propitious, accepted (sacrifice)

fín [feen] *v* do something with care or scrutiny

fínnífínní *adv* throughly, scrupulously, carefully

fìtílà [feeteela] *n* lamp

fò [fo] *v* jump

fojúdi [fojoodee] *adj* insolent, impertinent

foríbalẹ̀ [foreebale] *v* worship, prostrate before a deity

fòyà [foya] *v* fear

fọ̀ [faw] *v* wash

fọ̀ [faw] *v* speak

fọ́ [faw] *v* break

fọn [fon] *v* blow a wind instrument

fọn [fon] *v* lose weight, diet

fọ́n [fon] *v* scatter

Fúlàní [foolanee] *n* Fula person. Fulfulde language

fún [foon] *v* give

fún [foon] *v* squeeze, tight

funfun [foonfoon] *adj, n* white

fura [foora] *v* suspect

fúráìde [fooraeeday] *n* friday

fùrò [fooraw] *n* anus

fúyẹ [fooye] *v* be light, recover (health)

G

ga [ga] *adj* high, tall

gàá [ga] *n* cow-pen

gádà [gada] *n* bridge

gáfárà [gafara] *v* please, excuse me

gángan [gangan] *n* gangan, talking drum

gangan, gan-an [gangan, gan-an] *adv* exactly

garawa [garawa] *n* bucket

gàrí [garee] *n* cassava flour

gé [gay] *v* cut

gedegbe [gaydaygbay] *adv* clearly

gègé [gaygay] *n* pen

gèlè [gaylay] *n* woman's head-tie

gééré [gay-ay-ray] *adv* exactly

gè [gw] *v* pet

gègè [gege] *n* goitre

gégé [gege] *adv* exactly

gèlèdíe̩ [gelede] *n* Gè̩lè̩díe̩ cult and society, spirit of primordial mothers

Gè̩íe̩sì [ge-esee] *n* English

gidi [geedee] *adj* genuine

gìdìgìdì [geedeegeedee] *adv* doggedly

gidigidi [geedeegeedee] *adv* truly

gíga [geega] *n* height

gígùn [geegoon] *n* length

gíláàsì [geelaasee] *n* glass, mirror

gírí [geeree] *adv* at once, suddenly

gío̩òlù [go-oloo] *n* gold

gò̩ [gaw] *v* be stupid

gúáfà [gooafa] *n* guava

gùfè̩ [goofe] *v* belch

gùn [goon] *v* long (for)

gùn [goon] *v* mount, climb, ride, possess (spirit)

gún [goon] *v* thrust, pierce, pound

gún [goon] *adj* straight

gúnlè̩ [goonle] *v* land

gúsù [goosoo] *n* south

gbà [gba] *v* receive, accept, agree

gbá [gba] *v* sweep

gbá [gba] *v* slap, kick(ball)

gbáà [gbaa] *adv* entirely

gbádùn [gbadoon] *v* enjoy

gbágudá [gbagooda] *n* cassava

gbàgbé [gbagbay] *v* forget

gbàgbọ́ [gbagbaw] *v* believe

gbàjámọ̀ [gbajamon] *n* razor

gbájọ [gbajaw] *v* collect, assemble

gbajúmọ̀ [gbajoomon] *n* gentleman, famous person

gbalẹ̀, gbilẹ̀ [gbale, gbeele] *v* spread

gbangba [gba-oon-gba] *n* open space, plainly

gbànja [gba-oon-ja] *n* kola nut with two cotyledons

gbànjo [gba-oon-jo] *n* auction

gbàrà [gbara] *adv* immediately, as soon as

gbaradì [gbaradee] *v* get ready, rehearse, review

gbè [gbay] *v* support, sponsor, favor

gbé [gbay] *v* lift, carry, take

gbédè [gbayday] *v* comprehend, understand a language

gbéga [gbayga] *v* promote

gbèjà [gbayja] *v* support, be partisan of

gbéraga [gbayraga] *adj* proud, arrogant

gbére [gbayray] *n* farewell

gbèsè [gbaysay] *n* debt

gbésè [gbayse] *v* move on

gbẹ [gbe] *v* dry

gbẹ́ [gbe] *v* sharpen, dig

gbẹ́ [gbẹ́] *v* carve

gbékẹlé [gbekelay] *v* trust

gbègìrì [gbegeeree] *n* kind of soup made of beans, Ṣàngó's favorite soup

gbénàgbénà [gbenagbena] *n* carpenter

gbẹ́rẹ̀ [gbere] *n* incision

gbìn [gbeen] *v* plant, sow

gbin [gbeen] *v* grunt

gbìyànjú [gbee yan joo] *v* endeavor, try hard, persevere

gbò [gbo] *v* shake, affect

gbó [gbo] *v* bark

gbó [gbo] *v* age

gbogbo [gbogbo] *adj* all, every

gbójú [gbojoo] *v* be brave

gbólóhùn [gbolohɔɔn] *n* sentence, statement

gbòǹgbò [gbo-ɔɔn-gbo] *n* root

gbòòrò [gbo-o-ro] *adj* broad, wide

gbó̩ [gbaw] *v* hear, listen

gbó̩dò̩ [gbawdaw] *v* must

gbò̩n [gbon] *v* shake, shiver

gbó̩n [gbon] *adj* intelligent, clever, wise

gbo̩nsè̩ [gbonse] *v* stool

gbó̩ràn [gbawran] *v* obey, listen, acquiesce

gbúròó [gbooro-o] *v* hear from

H

ha [ha] *v* scrap
h.a [ha] *v* jam, confine
hàn [han] *v* appear
han [han] *v* scream, yell
háwọ́ [hawaw] *v* hoard
háyà [haya] *v* hire
he [hay] *v* pick up
hẹn [hen] *adv* yes
hího [hiho] *adj* boiling
hílàhílo [heelahilo] *n* anxiety
hó [ho] *v* boil, clamor
hó [ho] *v* peel
halẹ̀ [hale] *v* brag
hóró [horo] *n* unit
họ [haw] *v* scrap
họ̀ọ́ọ̀ [haw-aw-aw] *interj* nonsense!

hǫwù [haw-woo] *interj* expression of
  surprise

hù [hoo] v sprout, grow

hú, wú [hoo, woo] v uproot

hun [hoon] v weave

hún, yún [hoon, yoon] v itch

I

ìbà [eeba] *n* homage

ìba [eeba] *n* moderate amount

ìbà [eeba] *n* fever, malaria

ìbaaka` [eebaaka] *n* camel

ìbáálé [eebaalay] *n* virginity

Ìbàdàn [eebadan] *n* Ibadan city

ìbàjé [eebaje] *n* act of destroying, degeneration

ìbamu [eevamoon] *n* fitness, appropriateness

ìbáṣepọ̀ [eebashaykpaw] *n* cooperation

ìbáwí [eebawee] *n* censure, reprobation

ìbéèrè [eebay-ay-ray *n* question

ìbeji [eebayjee] *n* twin

ibẹ̀ [eebe] *adv* there

ìbẹ́pẹ [eebekpe] *n* pawpaw

ìbẹ̀rẹ̀ [eebere] *n* beginning, stooping

ìbèrù [eeberoo] *n* fear

ìbẹ́ta [eebeta] *n* triplet

ìbí [eebee] *n* birth

ibi [eebee] *n* place, location

ibi [eebee] *n* misfortune, evil

ibí [eebee] *adv* here

ìbikíbi [eebeekeebee] *adv* anywhere, whenever

ìbílẹ̀ [eebeele] *n* native

Ìbúní [eebeenee] *n* Benin

ìbò [eebo] *n* casting of lots by Ifá diviners or other diviners, election

ibo [eebo] *adv* where

ìbòsí [eebosee] *interj* help!

ìbòji [eebojee] *n* shade

ìbojì [eebojee] *n* grave

ìbọ [eebaw] *n* deity

ìbọ̀sẹ̀ [eebawsw] *n* socks

ìbọwọ́ [eebaw-waw] *n* glove

ìbú [eeboo] *n* breadth

ibú [eeboo] *n* deep water

ìbúra [eeboora] *n* oath, swearing

ìburéwà [eeboorewa] *n* ugliness

ìbùsọ̀ [eeboosaw] *n* rest place, mile

ìbùsùn [eeboosoom] *n* sleeping place

ìdájí [eedajee] *n* early morning

idà [eeda] *n* sword

ìdajì [eedajee] *n* half

ìdájọ́ [eedajaw] *n* judgement

ìdáná [eedana] *n* cooking

ìdè [eeday] *n* bondage

ìdé [eeday] *n* arrival

ìdáráyá [eedaraya] *n* cheerfulness

ìdáríjì [eedareejee] *n* pardon, forgiveness

ìdásilẹ̀ [eedaseele] *n* beginning, inauguration

ìdáwọ́ọ́ [eedawaw] *n* naming ceremony

ìdérí [eedayree] *n* cover, lid

idẹ [eede] *n* brass

ìdẹ̀ra [eedera] *n* ease, relaxation, good life

ìdì [eedee] *n* bundle

idì [eedee] *n* eagle

ìdí [eedee] *n* buttocks, root, base, reason

ìdíkò [eedeekaw *n* station (railway) airport

ìdífe [eedeejay] *n* competition, rivalry

ìdíjú [eedeejoo] *n* entanglement, intricacy

ìdílé [eedeelay] *n* household, family

ìdin [eedeen] *n* maggot

ìdodo [eedodo] *n* navel

ìdógùn-ún [eedogoon] *n* rustiness

ìdoríkodò [eedoreekodo] *n* despondency

ìdòbálè [eedawbale] *n* act of prostrating

Ìdòwú [eedowoo] *n* Idowu, name of child born after twin

ìdòtí [eedawtee] *n* two years ago

ìdunta [eedoonta] *n* two years ago

ìdùbúlè [eedooboole] *n* lying down

ìdúpé [eedookpe] *n* thanks, thanksgiving

ìdúró [eedooro] *v* standing up, halt, pause

ìfà [eefa] *n* advantage, gain, acquired effortlessly

Ifá [eefa] *n* Ifa, god of divination

ìfáárà [eefaara] *n* preface, introduction

ìfàyàbalè [eefayabale] *n* silence

ìfajúro [eefajooro] *n* sadness

ìfàgun [eefagoon] *n* elongation

ìfanimóra [eefaneemawra] *n* sociability, friendliness

ìfarabalè [eefarabale] *n* composure, carefulness

ìfaradà [eefarada] *n* endurance, patience

ìfarahàn [eefarahan] *n* appearance, vision

ìfarapa [eefarakpa] *n* injury

ìfarapamó [eefarakpamon] *n* concealment, hiding

ìfarwé [eefaraway] *n* comparison, imitation

ìfàséhìn [eefaseheen] *n* drawback

ìfé [eefay] *n* whistling

ife [eefay] *n* cup

ìfè [eefe] *n* willingness, devotion, love

Ifè [eefe] *n* Ife city, the sacred city and cradle of the Yoruba, also believed to be the birthplace of mankind

ìfẹ̀hìntì [eefeheentee] *n* support, retirement

ìfihàn [eefeehan] *n* revelation

ìfilọ̀ [eefeelaw] *n* publication, notice, consultation

ifo [eefo] *n* eczema

iforíbalẹ̀ [eeforeebale] *n* obedience, humble prostration before a deity

Ifọ́n [eefon] *n* Ifon town, sacred birthplace of Orìṣa Olufọn

ìfun [eefoon] *n* entrails, intestines

ìfura [eefoora] *n* suspicion

ìgèdè, ògèdè [eegayday, ofayday] *n* incantation

ìgb [eerge] *n* chest

igi [eegee] *n* tree

ìgò [eego] *n* bottle

igun [eegoon] *n* corner, angle

igún [eegoon] *n* vulture

ìgúnbẹ́rẹ́ [eegoonbere] *n* injection, inoculation

ìgbà [eegba] *n* time, period

ìgbá [eegba] *n* eggplant

ìgbá [eegba] *n* locust bean tree

58

igba [eegba] *num* two hundred

igbá [eegba] *n* calabash

ìgbádùn [eegbadoon] *n* enjoyment

ìgbàgbé [eegbagbay] *n* forgetfulness

ìgbàgbọ́ [eegbagbaw] *n* belief, Christianity

ìgbàlè [eegblae] *n* grove, secret/sacred place for religious meeting

igbe [eegbay] *n* shout, scream

ìgbèrí [eegbayree] *n* pillow

ìgbèríko [eegbayreeko] *n* farming neighborhood

ìgbésí [eegbaysee] *n* lifestyle

ìgbésè [eegbayse] *n* step

ìgbéyàwó [eegbay-yawo] *n* wedding, marriage

ìgbéaraga [eegbayraga] *n* arrogance

ìgbèkùn [eegbaykoon] *n* captivity

ìgbẹ́ [eegbe] *n* bush

ìgbẹ́ [eegbe] *n* excrement

ìgbègìn [eegbeheen] *n* end

ìgbélé [eegbekelay] *n* trust, confidence

ìgbìmọ̀ [eegbeemon] *n* board, committee

ìgbìn [eegbeen] *n* type of drum, favorite rhythm of Ọbatala

ìgbín [eegbeen] *n* snail

ìgìyànjú [eegbeeyanjoo] *n* endeavor

igbó [eegbo] *n* forest

igbódù [eegbodoo] *n* Ifá sacred grove

ìgboro [eegboro] *n* town center

igbórò [eegboro] *n* sacred grove

ìhà [eeha] *n* side, lion, region

ìhàlè [eehale] *v* brag

J

jà [ja] *v* fight

já [ja] *v* snap, break

jáde [jaday] *v* come out, go out

jáfara [jafara] *v* go slow

jàgidijàgan [jageedeejagan] *adj* violent, turbulent

jàgùdà [jagooda] *n* pickpocket

jagun [jagoon] *v* war

jagunjagun [jagoonjagoon] *n* warrior

jàjà [jaja] *adv* at last, eventually

jákèjádò [jakayjado] *adv* throughout, far and wide

Jàkúta [jakoota] *n* deity, avatar of Ṣango, day Ṣango is worshipped

jalè [jalay] *v* steal

jálẹ̀ [jale] *adv* categorically, utterly

Jámání [jaman nee] *n* German

jànbá [ja-oon-ba] *v* harm

jànmáà [janman-an] *n* congregation, pals

jàre [jaray] *v* be in the right; please

játijàti [jateejatee] *adj* worthless

jáyà [jaya] *v* fear

jayé [jayay] *v* enjoy life

jèrè [jayray] *v* gain

Jésù [jaysoo] *n* Jesus

jẹ [je] *v* eat

jẹ́ [je] *v* be

jẹ́ [je] *v* respond, answer

jẹ́ [je] *v* allow

jèbi [jebee] *v* have guilt

jéé, jéjé [jee], [jeje] *adv* calmly

jẹ́rìí [jeree] *v* attest, certify, bear witness

jẹun [jeoon] *v* eat

jẹ́wọ́ [jewaw] *v* confess

jí [jee] *v* wake up

jí [jee] *v* steal

jìbìtì [jeebeetee] *n* cheat

jìgá [jeega] *n* jigger

Jímàà [jeeman-an] *n* Friday

jìn [jin] v give

jin [jeen] *adj* deep

jìn, jìnna [jeen, jeen-nan] v be far

jinlẹ̀ [jeenle] *adj* profound

jíròrò [jeeroro] v consult (with)

jíṣẹ́ [jeeshe] v deliver a message

jìyà [jeeya] v suffer

jiyàn [jeeyan] v argue, debate

jò [jo] v leak

jó [jo] v dance

jogún [jogoon] v inherit

jókòó [joko] v sit (down)

jóná [jonan] v burn

jọ̀ [jaw] v sift

jọ [jaw] v resemble

jọ, jìjọ [jaw, jeejaw] *adv* together (with)

jọba [jawba] v reign, become king

jọjú [jawjoo] v be adequate, suitable

jọ̀ọ́, jọ̀wọ́ [jaw-aw, jaw-waw] v let, please

jù [joo] v throw

jù [joo] v superior, exceed

júbà [jooba] v pay homage, acknowledge

jùjú [joojoo] *n* juju, modern Yoruba dance

jùmọ̀ [jooman] *adv* together

júwe [jooway] *v* describe, explain

K

kèlèbè [kelebe] *n* throat phlegm

ké̩sé̩ [kese] *n* spur

ke̩tan [ketan] *adj* bow-legged

ké̩té̩ké̩té̩ [ketekete] *n* donkey

kì̩ [kee] *v* stuff, compress

ki [kee] *adj* viscous, thick

kì [kee] *v* praise, salute

kí [kee] *conj* in order that

kí [kee] *v* greet

kíkan [keekan] *adj* sour

kìkì [keekee] *adv* only, solely, barely

kíko̩rò [keekoro] *adj* bitter

kìlò̩ [keelaw] *v* warn, caution against

kóko̩ [koko] *n* cocoa yam

kókó [koko] *n* knot

kòkòrò [kokoro] *n* insect, worm

kóńdó [ko-oon-do] *n* cudgel

kòńgé [ko-oon-ge] *n* opportune; coincidence

kóòtu [kootu] *n* law court

kópò [kokpaw] *v* collect, gather

kórè [koray] *v* harvest, reap

kòríko, kookò [koriko, ko-oko] *n* hyena

kóríko, kooko [koriko, ko-oko] *n* grass

kòríkòsùn [koreekosoon] *n* close friend

kóriíra [korira] *v* hate, abhor

korò [koro] *adj* bitter

kóró [koro] *n* seed

kóbò [kawbaw] *n* one cent

kòtò [koto] *n* ditch, pit

koto [koto] *n* deep, calabash

kowéè [koway] *n* type of bird, symbol of bad omen

kò [kaw] *v* refuse

ko [kaw] *v* inscribe, write

ko [kaw] *v* crow

ko [kaw] *v* flash, shine

kó [kaw] *v* hang

kó [kaw] *v* learn, teach

kọ́ [kaw] *neg* not (used after nouns)

kọbè [kawbay] *v* make heaps

kọjá [kawja] *v* pass by

kọ̀lá [kawla] *n* bitter kola

kọlà [kawla] *v* have national mark on the face, circumcise

kọ́kọ́rọ́ [kawkawraw] *n* key

kọ̀lọ̀kọ̀lọ̀ [kawlawkawlaw] *adj* circuitous, devious

kọlù [kawloo] *v* clash

kọ̀nkọ̀ [kaw-oon-kaw] *n* frog

kọ̀ráà [kawraa] *n* Lebanese, Syrian

kọ̀rọ̀ [kawraw] *n* corner, nook

kọsè [kawse] *v* stumble

kọ̀wé [kaw-way] *v* write

kù [koo] *v* remain

kù [koo] *v* fail

kú [koo] *v* die

kúkú [kookoo] *adv* surely, actually

kúkù [kookoo] *n* cook, chef

kúkúrú [kookooroo] *adj* short

kùkùté [kookootay] *n* stump

kúlẹ̀kúlẹ̀ [koolekoole] *n* detail

kùmọ̀ [koomo] *n* cudgel
kùnà [koona] *v* fail, fall short
kùn [koon] *v* grunt
kùn [koon] *v* paint
kun [koon] *v* end, terminate
kún [koon] *v* fill
kúrò [kooro] *v* move (away)
kúrú [kooroo] *adj* short

L

là [la] *v* split

lá [la] *v* lick, lap

làálàá [laalaa] *n* exertion, tribulation

làbà [laba] *n* leather kilt worn by Ṣango priests

labaláabá [labalaba] *n* butterfly

làbárì [labaree] *n* news

láéláé [la-ay-la-ay] *adv* never

lágídígba [lageedeegba] *n* black beads

Lágbájá [Lagbaja] *n* Mr. / Ms. (titles of respect)

lala [lala] *n* dried saliva

làpálàpá [lakpalakpa] *n* ringworm

Láaróyè [laaroyay] *n* praise name of the god Eṣu

Lárúbáwá [laroobawa] *n* Arab

láti [latee] *prep* from

láwàní [lawanee] *n* turban

lè [lay] *v* can, fire

le [lay] *adj* strong, hard

lé [lay] *v* drive away, pursue, chase

lé [lay] *v* excess

lébìrà [laybeera] *n* laborer

lékè [laykay] *adj* above, prominent

lékèelékèé [laykaylaykay] *n* egret

lépa [laykpa] *v* pursue

léraléra [layralayra] *adv* repeatedly

lérí [layree] *v* promise

lè̩ [le] *v* stick, patch

lè̩ [le] *v* flex

le̩ [le] *adj* indolent

lò [lo] *v* use

lò̩ [law] *v* grind, iron

lò̩ [law] *v* proclaim, announce

lo̩ [law] *v* go

ló̩ [law] *v* plant, transplant

ló̩ [law] *v* twist

ló̩fíndà [lawfeenda] *n* perfume

lù [loo] *v* beat

lu [loo] *v* pierce, perforate

lú [loo] *v* mix
lúwèé [lúwe] *v* swim

M

mà [man] *adv* definitely, indeed

má [man] *v* don't

máa [man-an] *v* will, shall

májèlé [manjaylay] *n* poison

májèmú [manjemoon] *n* covenant, pact

màlékà [manlayka] *n* angel

màlúù [manloo-oo] *n* cow

màmá [manman] *n* mother (elderly woman)

máńgòrò [man-oon-goro] *n* mango

màrìwò [man-reewo] *n* palm fronds

márùn-ún [manroon-oon] *num* five

méje [mayjay] *num* seven

méjì [mayjee] *num* two

mélòó [maylo] *adv* how many?

méjo [mejaw] *num* eight

méta [meta] *num* three

mẹ́wàá [mewa] *num* ten

mì [meen] *v* shake

mì [meen] *v* swallow

mi [meen] *pron* my

mí [meen] *v* breathe

mììràn [meenran] *adj* another

mímọ́ [meenmon] *adj* clean

mímú [meenmoon] *n* sharpness, clarity

mímú [meenmoon] *adj* sharp

mò [mon] *v* know

mọ [mon] *v* build

móńdè [mon-oon-day] *n* Monday

mókálíkì [monkaleekee] *n* mechanic

mòọ́mọ̀ [mon-on-mon] *adv* deliberately

mótò [monto] *n* motor car, automobile

mù [moon] *v* disappear, sink

mu [moon] *v* drink

mú [moon] *v* sharpen

mú [moon] *v* catch, take

mulè [moonle] *v* make a secret pact

múra [moonra] *v* get ready

N

nà [nan] *v* stretch

nà [nan] *v* beat

ná [nan] *v* spend

náà [nan-an[*adj* that

náání [nan-an-nee] *v* despise

Nàìjíría [nan-i-jee-ree-a] *n* Nigeria

náírà [nan-ee-ra] *n* Naira, Nigerian currency

námà [nanman] *n* cow meat

nàró [nanro] *v* stand up

náwó [nanwo] *v* spend money

ni [neen] *v* be

ní [neen] *v* have, possess

ní [neen] *v* tell, say

ní [neen] *prep* in, at

níbo [neenbo] *adv* where

nìkan [neenkan] *adj* alone

nílá, nlá [neenla, oonla] *adj* big

nínú [neennoon] *prep* in, inside

nípa [neenkpa] *prep* about

nìṣó, ǹṣó [neensho, oonsho] *v* go ahead, proceed

ńkọ́ [oonkaw] *v* where is?, how about?

nǹkan [oon-oonkan} *n* thing

nù [noon] *v* clean

nù [noon] *v* lost, lose

O

o [o] *pron* you (sing)

ó [o] *pron* he/she/it

òbí [obee] *n* parents

obì [obee] *n* kolanut

obìnrin [obeenreen] *n* woman

òbò [obo] *n* vagina

òbúkọ [obookaw] *n* goat

òde [oday] *n* outside

òdì [odee] *n* contrariness

odi [odee] *adj* dumb

odi [odee] *n* walls, fortifications

odídẹrẹ [odeedere] *n* parrot

odidi [odeedee] *n* whole, complete unit

òdo [odo] *num* zero

odò [odo] *n* river

odó [odo] *n* mortar

òdòdó [ododo] *n* flower

òdodo [ododo] *n* truth, right

odù [odoo] *n* odu, a sign of the Ifa divination system

Odùduwà, Oòduà [odoodoowa, o-odooa]] *n* Oduduwa god and primordial ancestor of the Yoruba

òfì [ofee] *n* loom

òfìfo [ofeefo] *n* void, emptiness

òfin [ofeen] *n* law

òfíntótó [ofeentoto] *n* details, scrutiny

òfò [ofo] *n* loss, waste

òfo [ofo] *n* emptiness, void

òfófó [ofofo] *n* tale bearing

òfuurufú [ofooroofoo] *n* atmosphere, firmament

oge [ogay] *n* ostentation

ògèdè [ogayday] *n* incantation

ògì [ogee] *n* maize starch

ògìdán [ogeedan] *n* leopard

ògidì [ogeedee] *adj* undiluted

ògiri [ogeeree] *n* wall

Ògìyán [ogeeyan] *n* Ogiyan deity

ògo [ogo] *n* honor, glory

ògódó [ogodo] *n* yaws

ògógóró [ogogoro] *n* gin

ògòngò [ogo-oon-go] *n* ostrich

Ògún [ogoon] *n* Ogun, god of war and technology

ogun [ogoon] *n* war

ogún [ogoon] *n* twenty

ogún [ogoon] *n* geritage

Ogbè [ogbay] *n* first Odu or sign of the Ifá divination system

Ògúndá [ogoonda] *n* nineth odù or sign of the Ifá divination system

ogbe [ogbay] *n* cock's comb

ògbó [ogbo] *n* cudgel

ogbó [ogbo] *n* old age

òhun, òun [ohoon, o-oon] *n* he/she

ohùn, oùn [ohoon, o-oon] *n* voice

ohun, oun [ohoon, o-oo *n* thing

òjé [ojay] *n* lead

oje [ojay] *n* sap

òjìjí [ojeejee] *n* electriceel

òjiji [ojeejee] *n* suddenness

òjìji [ojeejee] *n* shadow

òjísẹ́ [ojeeshe] *n* messenger

òjò [ojo] *n* rain

ojo [ojo] *n* coward, cowardice

òjòjò [ojojo] *n* illness

òjòlá [ojola] *n* boa constrictor

ojú [ojoo] *n* eye

ojúbọ [ojoobaw] *n* altar

ojúgbà [ojoogba] *n* contempory

ojuju, ooju [ojoojoo, o-ojoo] *n* ulcer

ojúṣe [ojooshay] *n* duty, responsibility

ojútì [ojootee] *n* sense of shame

okè [okay] *n* top, hill

òkèèrè [okayray] *n* long distance

òkèlè okaylay] *n* morsel

òkìkí [okeekee] *n* rumor, fame

òkò [oko] *n* missile

oko [oko] *n* farm

okó [oko] *n* penis

òkóbó [okobo] *n* impotent

òkú [okoo] *n* corpse

okun [okoon] *n* strength

òkùnkùn [okoonkoon] *n* darkness

òlúta [okoota] *n* stone

olè [olay] *n* thief

Olódùmarè [olodoomanray] *n* God

ológbò [ologbo] *n* cat

ológun [ologoon] *n* warrior, soldier

Olókun [olokoon} *n* Olokun, sea goddess

olórí [oloree] *n* leader, head

olú [oloo] *n* chief

olú [oloo] *n* mushroom

Olúwa [oloowa] *n* sir, Lord

òógùn [o-ogoon] *n* sweat

Olúwo [oloowo] *n* head of diviners

oore [o-oray] *n* grace, kindness

oórì [o-oree] *n* tomb

òòró [o-oro] *n* vertical positon

ooru [o-oroo] *n* heat

òòrùn [o-oroon] *n* sun

òórùn [o-oroon] *n* smell, odor

oorun [o-oron] *n* sleep

òòsù [o-oshoo] *n* tuft

òòtè [o-ote] *n* stamping machine

oówo [o-owo] *n* boil

oówú [o-owoo] *n* hammer

òòyì [o-oyee] *n* dizziness

òpìtàn [okpeetan] *n* historian

Ọpó [okpo] *n* pillar, post

òpùró̩ [okpooraw] *n* liar

òrí [oree] *n* shea butter

orí [oree] *n* head

oríkì [oreekee] *n* definition

orílè̩ [oreele] *n* nation

orin [oreen] *n* song

orín [oreen] *n* chew stick

orísun [oreesoon] *n* origin, source

òrìṣà [oreesha] *n* deity

Orìṣà, Òrìṣà̩nlá, Òòṣà̩álá [oreesha, oreeshaoonla, o-oshaala] *n* primordial deity, god of creation

orò̩ [oro] *n* custom, ritual

oró [oro] *n* poison

orogún [orogoon] *n* co-wife

orógbó [orogbo] *n* bitter kola nut

òroǹbó [oro-oon-bo] *n* citrus

òróró [ororo] *n* peanut oil

òru [oroo] *n* night

òrùka [orooka] *n* ring

orúkọ [orookaw] *n* name

òsì [osee] *n* left

osùn [osoon] *n* camwood

òṣé [oshay] *n* sigh

oṣè [oshay] *n* baobab

oṣé [oshay] *n* Ṣango's scepter

òṣì [oshee] *n* poverty

oṣó [osho] *n* wizard

oṣù [oshoo] *n* month

Òṣùmarè [oshoomanray] *n* rainbow, goddess of the same name

òṣùpá [oshookpa] *n* moon

òtítọ́ [oteetaw] *n* truth

òtútù [otootoo] *n* cold

Òtúúrúpọ̀n [otoo oo-rookpon] *n* twelfth odu or sign of the Ifa divination system

òwe [oway] *n* proverb

òwò [owo] *n* trade

owó [owo] *n* money

òwú [owoo] *n* cotton

owú [owoo] *n* envy, jealousy

òye [oyay] *n* intelligence

oyè [oyay] *n* title, office, rank

oyin [oyeen] *n* bee, honey

oyún [oyoon] *n* pregnancy

ọba [awba] *n* king

Òbàrà [awbara] *n* Obara, seventh sign of the Ifá

Ọbàtálá [awbatala] *n* Obatala, god of creation

ọbẹ [awbe] *n* knife

ọbẹ̀ [awbe] *n* soup, sauce

òbọ [awbaw] *n* monkey

òbùn [awboon] *n* dirty

òdà [awda] *n* paint

òdá [awda] *n* famine, shortage, drought

òdàlẹ̀ [awdale] *n* traitor

òdẹ̀ [awde] *n* stupid person

ọdẹ [awde] *n* hunter, hunting

òdò [awdaw] *n* near, with

òdọ́ [awdaw] *n* young

ọdún [awdoon] *n* festival, year

ọfà [awfa] *n* arrow

ọ̀fẹ́ [awfe] *n* free, gratis

ọ́fíìsì [awfeesee] *n* office

ọ̀fìn [awfeen] *n* pit

ọ̀fọ̀ [awfaw] *n* mourning, funeral

ọfọ̀ [awfaw] *n* incantation, spell

ọ̀fun [awfoon] *n* throat

ọ̀gà [awga] *n* chameleon

ọ̀gá [awga] *n* superior, chief

ọ̀gágun [awgagon] *n* commander,
  general

ọ̀gán [awgan] *n* ant hill

ọ̀gànjọ́ [awganjaw] *n* midnight

ọ̀gẹ̀dẹ̀ [awgede] *n* banana

ọ̀gbà [awgba] *n* equal, companion

ọgbà [awgba] *n* fence

ọgbẹ́ [awgbe] *n* cut, wound

ọ̀gbẹlẹ̀ [awgbele] *n* draught

ọ̀gbẹ́ni [awgbenee] *n* mister, sir

ọ̀gbẹ̀rì [awgberee] *n* layperson,
  uninitiated

ọ̀gbìn [awgbeen] *n* plant

ọgbọ̀n [awgban] *num* thirty

ọgbọ́n [awgban] *n* wisdom, wit

ọ̀gbun [awgboon] *n* ditch

ọ̀hún [awhoon] *adv* there

ọ̀já [awja] *n* sash

ọjà [awja] *n* market

òjè [awje] *n* member of the Egungun cult

òjèlú [awjeloo] *n* corrupt politician

ọjọ́ [awjaw] *n* day

ọ̀jọ̀gbọ́n [awjawgbon] *n* scholar, person of knowledge, professor

ọjọ́rọ̀ [awjawraw] *n* late afternoon

ọkà [awka] *n* corn; food made from yam flour

ọká [awka] *n* viper

ọkan [awkan] *num* one

ọkàn [awkan] *n* heart

Ọ̀kànràn [awkanran] *n* eighth sign of Ifa divination system

ọkẹ́ [awke] *n* large bag

ọkẹ́rẹ́ [awkere] *n* squirrel

ọkọ̀ [awkaw] *n* spear

ọkọ̀ [awkaw] *n* vehicle, boat

ọkọ [awkaw] *n* husband

ọkọ́ [awkaw] *n* hoe

ọkùnrùn [awkoonroon] *n* millipede

ọla [awla] *n* tomorrow, future

ọlà [awla] *n* wealth

ọlá [awla] *n* honor, dignity

ọ̀làjà [awlaja] *n* mediator, arbitrator

ọ̀làjú [awlajoo] *n* enlightenment

ọlẹ̀ [awle] *n* foetus

ọlẹ [awle] *n* lazy

ọlọ́pàá [awlawpa] *n* policeman

Ọ̀lọ́run [awlawroon] *n* God

ọlọ́sà [awlawsha] *n* robber

ọlọ́tẹ̀ [awlawte] *n* dissident, rebel

ọmọ [awmon] *n* child

ọmọdé [awmonday] *n* child, childhood

ọmọge [awmongay] *n* young woman

ọmọọlé [awmon-onlay] *n* gecko

ọ̀mọ̀wé [awmonway] *n* learned person, pundit

ọ̀mu [awmoon] *n* drinker, spirits connoisseur

ọmú [awmoon] *n* breast

ọ̀mùtí [awmoontee] *n* drunkard

ọ̀nà [awnan] *n* way, road

ọnà [awnan] *n* art

ọ̀nì [awneen] *n* crocodile

Ọ̀ọ̀ni [aw-awneen] *n* Ọ̀ọni, king of Ifẹ̀

ọpá [awkpa] *n* stick

ọparun [awkparoon] *n* bamboo

ọpẹ [awkpe] *n* palm tree

ọpẹ́ [awkpe] *n* thanks

ọpẹ̀lẹ̀ [awpele] *n* Ifá divination chair

ọpọ̀lọ́ [awkpawlaw] *n* toad, frog

ọpọ́n [awkpon] *n* tray

ọ̀rá [awra] *n* fat, grease

ọ̀ràn [awran] *n* trouble, problem

ọ̀ranyàn [awranyan] *adj* obligatory, compulsory

Ọ̀rányàn [awranyan] *n* Ọranyan, last son of Oduduwa and first Alafin

ọ̀erẹ [awre] *n* friend

ọrẹ [awre] *n* gift

ọrẹ́ [awre] *n* whip

ọ̀rọ̀ [awraw] *n* word, discourse

ọrọ̀ [awraw] *n* wealth

ọrọ́ [awraw] *n* cactus

ọrun [awroon] *n* the invisible world, sky

ọrùn [awroon] *n* neck

ọrun [awroon] *n* bow

Ọ̀rúnmìlà [awroonmeenla] *n* Ọrunmila, god of wisdom and divination

ọ̀sà [awsa] *n* lagoon

Ọ̀sá [awsa] *n* Osa, tenth odu or sign of the Ifa divination system

ọ̀sán [awsan] *n* daylight, afternoon

ọsàn [awsan] *n* orange (type of citrus fruit)

ọ̀sẹ̀ [awse] *n* week, day dedicated to a particular deity

Ọ̀sẹ́ [awse] *n* Ọsé, fifteenth odu or sign of the Ifa divination system

ọsẹ [awshel] *n* soap

ọ̀ṣọ́ [awshaw] *n* decoration, elegance

Ọ̀ṣọ́ọ̀sì [awshaw-awsee] *n* Ọṣọ́ọ̀sì, god of hunting

Ọ̀ṣun [awshoon] *n* Ọsun, goddess of fertility and the arts

ọ̀tá [awta] *n* enemy

ọta [awta] *n* bullet

ọ̀tẹ̀ [awte] *n* rebellion, conspiracy

ọ̀tẹ̀ [awte] *n* period, time

ọ̀telẹ̀múyẹ́ [awtelemoOnye] *n* spy

ọtí [awtee] *n* liquor

ọtọ̀ [awtaw] *n* different

ọtun [awtoon] *n* new

ọtún [awtoon] *n* right-hand side

ọtúnla [awtoonla] *n* day after tomorrow

ọwẹ̀ [aw-we] *n* communal labor

ọwọ̀ [aw-waw] *n* respect, reverence

ọwọ́ [aw-waw] *n* group, flock, set

ọwọ̀ [aw-waw] *n* broom

ọwọ́ [aw-waw] *n* hand

ọwọn [aw-won] *n* dear, dearth

Ọ̀wọ́nrín [aw-won-reen] *n* Ọwọnrin, sixth ọdu or sign of the Ifa divination system

Ọya [aw-ya] *n* river Niger; Ọya deity, wife of Ṣàngó

ọyàyà [aw-yaya] *n* cheerfulness

ọyẹ́ [aw-ye] *n* harmattan

Ọ̀yẹ̀kú [aw-yekoo] *n* Ọyẹku, second ọdu or sign of the Ifa divination system

Ọ̀yọ́ [awyaw] *n* Oyo, city and kingdom. The most powerful state of Yorubaland

P

pa [kpa] *v* kill

pa [kpa] *v* rub

pá [kpa] *adj* bald

páàdì [kpaadee] *n* reverend father

pààlà [kpaala] *v* demarcate, be contiguous

páálí [kpaalee] *n* cardboard, parchmin, diploma

páànù [kpaanoo] *n* pan

páápàá [kpaakpaa] *adv* especially, particularly

pààrọ̀ [kpaarw] *v* exchange

pààsì [kpaasee] *v* pass a test, exam

padà [kpada] *v* return

pàdánù [kpadanoo] *v* lose

pàdé [kpaday] *v* meet

padé [kpaday] *v* close up, shut

pákí [kpakee] *n* cassava

pákò [kpako] *n* chew stick

pákó [kpako] *n* plank, board

pálò [kpalaw] *n* sitting room

pamó [kpamon] *v* protect

páńpé [kpa-oon-kpe] *n* handcuffs

pańṣágà [kpa-oon-shaga] *n* prostitute

pàńtí [kpa-oon-tee] *n* rubbish, debris

panu [kpanoo] *n* take refreshment, appetizer

pápá [kpakpa] *n* field

papò [kpakpaw] *v* assemble, unite

para [kpara] *v* rub the skin

pàràká [kparaka] *n* type of small Egungun

paré [kpare] *v* erase

parí [kparee] *v* finish

parun [kparoon] *v* destroy

pàṣán [kpashan] *n* whip

pátá [kpata] *n* underwear

pàtàkì [kpatakee] *n* importance

pátákò [kpatako] *n* hoof

pátápátá [kpatakpata] *adv* compeletly, thoroughly

Pàyán-àn [kpayan-an] *n* Spanish, Spaniard

pè [kpay] *v* call

pé [kpay] *v* complete

péjo [kpayjaw] *v* assemble

péré [kpayray] *adj* only

pèrègún [kpayraygoon] *n* plant used in sacred grove

perí [kpayree] *v* refer (to)

pèrò [kpayro] *v* reflect, consider

pèsè [kpaysay] *v* provide

pé [kpe] *v* delay, be late

peja [kpeja] *v* fish

pèlé, pèlépèlé [kpele, kpelekpele] *adv* gently, carefully

péléngé [kpele-oon-ge] *adj* slender

pèlú [kpeloo *conj* with, together (with)

pepe [kpekpe] *n* shelf, altar

pépéye [kpekpeye] *n* duck

pètéèsì [kpete-esee] *n* multi-level house

pilè [kpeele] *v* begin, originate

pin [kpeen] *v* end

pín [kpeen] *v* divide, share, distribute

pinnu [kpeen-noon] *v* resolve, decide

pò [kpo] *v* mix

polówó [kpolowo] *v* advertise

pópó [kpokpo] *n* road

pò [kpaw] *v* be abundant, be many

pò [kpaw] *v* vomit

pọn [kpon] *v* carry a baby on the back

pon [kpon] *v* draw water, drill

pón [kpon] *v* flatter

pón [kpon] *v* be red, yellow; ripe

pón [kpon] *v* sharpen

pòtòpótò [kpawtawkpawtaw] *n* mud

pupa [kpookpa] *adj* red

púpò [kpookpaw] *adv* many, much

puró [kpooraw] *v* lie

R

rà [ra] *v* buy
rà [ra] *v* rot
ra [ra] *v* rub
rá [ra] *v* vanish
rá [ra] *v* crawl
ràbàtà [rabata] *adj* huge
ráhùn [ráoon] *v* grumble
ràjò [rajo] *v* travel
ràkúnmi [rakoonmeen] *n* camel
ràn [ran] *v* help
ràn [ran] *v* spread
rán [an] *v* sow
ránṣẹ [ranshe] *v* send a message
rántí [antee] *v* remember
ràrá, aràrá [rara, arara] *n* dwarf
rárà [rara] *n* chanted poetry

rárá [rara] *adv* no; not at all

rè [ray] *v* go

rédiò [raydio] *n* radio

rélùwé [raylooway] *n* railway train

retí [raytee] *v* expect

rè [re] *adj* tired

rè [re] *v* comfort

rẹ [re] *v* soak, dye

rẹ [re] *pron* your

régí [regee] *adv* suitably, coincidentally

rèhìn [reheen] *v* behind, lag

réjẹ [reje] *v* exploit, cheat

rẹkẹ [reke] *v* be on the watch

rẹpẹtẹ [repete] *adj* considerable, copious, excessive

rérìn-ín [rereen] *v* laugh

rèwèsì [rewesee] *v* disheartened, discouraged

rì [ree] *v* bury, drown

rí [ree] *v* see, appear

rìbá [reeba] *n* bribe

ribiribi [reebeereebee] *adj* important

ribiti [reebeetee] *adj* round

rìkísí [reekeeshee] *n* conspiracy, intrigue

rìn [reen] *v* walk

rìn [reen] *v* tickle

rin [reen] *v* moisten, wet

rín [reen] *v* laugh

rírì [reeree] *n* value

rírí [reeree] *adj* dirty

rò [ro] *v* think

rò [ro] *v* recount

rò [ro] *v* stir

ro [ro] *v* pain

ro [ro] *v* farm, hoe

ró [ro] *v* sound

ró [ro] *v* stand

róbótó [roboto] *adj* round

ronú [ronoon] *v* think, meditate

rorò [roro] *adj* harsh, fierce

rò̩ [raw] *adj* soft

rò̩ [raw] *v* descend, fall (rain)

ro̩ [raw] *v* discard, dislocate

ró̩ [raw] *v* interpret

ró̩jú [rawjoo] *v* endure

ro̩lè̩ [rawlw] *v* abate, mitigate

rù	[roo]	v	lose weight
rù	[roo]	v	carry, sustain
ru	[roo]	v	swell
rú	[roo]	v	sprout
rúbọ	[roobaw]	v	offer sacrifice
rùn	[roon]	v	smell
run	[roon]	v	destroy, exterminate
rún	[roon]	v	crush, shatter

S

sà [sa] *v* apply

sà [sa] *n* sir

sá [sa] *n* flee, run

sá [sa] *v* dry in the sun, desiccate

sáà [saa] *adv* certainly, just

sáà [saa] *n* period, term, semester

sábà [saba] *adv* usually

sàba [saba] *v* brood

sàkáání [sakaanee] *n* area, vicinity

sálúbàtà [saloobata] *n* sandals

sàmì [samee] *v* mark, baptize

sàn [san] *v* better

san [san] *v* pay, reward

sán [san] *v* gird

sányán [sanyan] *n* traditional silk

sàráà [saraa] *n* charity

sàràkí [sarakee] *n* notable person in a community

sáré [saray] *v* run

sàréè [saray-ay] *n* grave

Sàró [saro] *n* Sierra Leone

sátidé [satiday] *n* Saturday

sè [say] *v* cook

sé [say] *v* miss

sí [say *v* block

séhùn [sayhoon] *v* renege

sẹ̀ [se] *v* sift

sẹ́ [se] *v* deny

sẹ́ [se] *adv* definitely, indeed

sẹ̀gi [segee] *n* blue bead

sẹ́ra [sera] *v* abstain

sì [see] *conj* and

sí [see] *prep* to, at, towards

sí [see] *v* exist, be (used negatively)

síbẹ̀ [seebe] *adv* however, still

sìn [seen] *v* accompany

sìn [seen] *v* worship

sìn [seen] *v* serve, raise (animals)

sin [seen] *v* bury

sín [seen] *v* sneeze

so [so] *v* bear fruit

so [so] *v* bind, tie

só [so] *v* break wind

sòbíyà [so] *n* guinea worm

sọ̀ [saw] *v* descend

sọ [saw] *v* sprout, burgeon

sọ [saw] *v* throw

sọ [saw] *v* say, tell

sọnù [sawnoon] *v* lose

sọ̀rọ̀ [sawraw] *v* speak

sú [soo] *v* tire

sú [soo] *v* erupt

súfèé [soofay] *v* whistle

sùkúù [sookoo-oo] *n* school

sùn [soon] *v* sleep

sun [soon] *v* burn, roast

sún [soon] *v* push, move

súnkì [soonkee] *v* shrink

súnmọ́ [soonmon] *v* approach

sunwọ̀n [soonwon] *v* behave

súre [sooray] *v* bless

súré [sooray] *v* run

sùúrù [soo-oo-roo] *n* patience

Ṣ

ṣà [sha] *v* pick, select, choose

ṣá [sha] *v* slash

ṣá [sha] *v* fade

ṣá [sha] *adv* only, merely

ṣáájú, síwájú [shaajoo, sheewajoo] *v* precede

ṣágo [shago] *n* demijohn

ṣagbe [shagbay] *v* beg (for alms)

ṣàìsàn [shaeesan] *v* be ill

ṣákálá [shakala] *adj* ordinary

ṣákáṣáká [shakashaka] *adv* plainly

ṣàkì [shakee] *n* tripe

ṣàkíyèsí [shakeeyaysee] *v* observe, note

ṣáláńgá [shalaoonga] *n* latrine

ṣàn [shan] *v* wash

ṣàn [shan] *v* flow

ṣán [shan] *v* bite

ṣán [shan] *v* cut down, clear

Ṣàngó [shango] *n* Ṣango, god of thunder

Ṣànpànná [shankpan-nan] *n* Ṣanpanan, god of the earth, of smallpox and similar diseases

ṣápẹ́ [shape] *v* clap

ṣarán [sharan] *v* speak incoherently

ṣàṣà [shasha] *n* few, rare

ṣàṣejù [shashayjoo] *v* exaggerate

ṣáwá [shawa] *n* minnows

ṣàwáwí [shawawee] *v* make excuses

ṣaworo [shaworo] *n* jingle

ṣe [shay] *v* make, do

ṣebí [shaybee] *v* suppose

ṣè [she] *v* offend

ṣè [she] *v* originate

ṣe [she] *v* fulfill

ṣé [she] *v* break

ṣégun [shegoon] *v* win, overcome

ṣèjè [sheje] *v* bleed

ṣèkèrè [shekere] *n* shekere; calabash netted with cowries

ṣékéṣekè [shekesheke] *n* handcuffs

ṣẹ̀kẹ̀tẹ́ [shekete] *n* maize beer

ṣẹlẹ̀ [shele] *v* happen

ṣẹ̀sẹ̀ [sheshe] *adv* just, recently

ṣẹ́yún [sheyoon] *v* abort

ṣì [shee] *v* miss, make a mistake

ṣì [shee] *adv* still

ṣí [shee] *v* open

ṣíbí [sheebee] *n* spoon

ṣílè [sheelay] *n* shilling

ṣinṣin [sheensheen] *adv* firmly

ṣìnà [sheenan] *v* err

ṣìpẹ̀ [sheekpe] *v* beg, intercede for

ṣíra [sheera] *v* be quick

ṣiré [sheeray] *v* play

ṣírò [sheero] *v* count, reckon

ṣiṣe [sheeshay] *v* make a mistake

ṣíṣẹ̀ [sheese] *v* move (off)

ṣiṣẹ́ [sheeshe] *v* work

ṣiwèrè [sheewayray] *adj* crazy

ṣíwọ́ [sheewaw] *v* stop

ṣò [sho] *adj* loose (clothes, shoes)

ṣókí [shokee] *adj* brief

ṣónsó [sho-oon-sho] *n* tip

ṣòro [shoro] *v* challenge

ṣòkòtò [shokoto] *n* trousers

ṣòwò [showo] *v* trade

ṣọ́ [shaw] *v* watch

ṣọ́ọ̀ṣì [shaw-aw-see] *n* church

ṣù [shoo] *v* crowd

ṣu [shoo] *v* defecate

ṣú [shoo] *v* darken

ṣubú [shooboo] *v* fall

ṣùkúù [sookoo-oo] *n* school

T

tà [ta] *v* sell

ta [ta] *v* kick

ta [ta] *v* shoot

ta [ta] *pron* who

tààrà [taara] *adj* direct

tábà [taba] *n* tobacco

tàbí [tabee] *conj* or

táì [taee] *n* necktie

Táíwò, Táyéwò [taeewo, ta-yay-wo] *n* first born of twins

tákàdá [takada] *n* paper

takú [takoo] *adj* dogged

tàn [tan] *v* spread

tàn [tan] *v* deceive

tàn [tan] *v* investigate

tàn [tan] *v* light, shine

tan [tan] *adj* related

tán [tan] *v* finish

tàsé [tasay] *v* miss

tata [tata] *n* grasshopper

tayọ [tayaw] *v* surpass

tébùrù [taybooroo] *n* table

télọ̀ [taylaw] *n* tailor

tèmi [taymeen] *pron* mine

tètè [taytay] *adv* quickly

tẹ̀ [te] *v* bend, press down

tẹ́ [te] *v* spread

tẹ́ [te] *v* shame, humiliate

tẹ́ [te] *adj* dull, crass

tẹfá [tefa] *v* initiate into Ifá divination

tèlé [telay] *v* follow

tẹ́lẹ̀ [tele] *adv* before

ténbélú [te-oon-be-loo] *v* despise

tẹnumọ́ [tenoomon] *v* insist

tẹríba [tereeba] *v* respect submit

tẹ́tẹ́ [tete] *n* gambling

tẹ̀tẹ̀ [tete] *n* spinach

tẹ́tí [tetee] *v* listen attentively

tì [tee] *v* push

tì [tee] *v* shut

ti [tee] *prep* of, from

ti [tee] *adv* already

tí [tee] *pron* that, which

tí [tee] *conj* if

tí [tee] *v* fade

tìkọ̀tìkọ̀ [teekawteekaw] *adv* relunctantly

tilẹ̀ [teele] *adv* even

tiro [teero] *v* walk on tiptoe

títí [teetee] *n* street

títí [teetee] *adv* till

titun [teetoon] *adj* new

tò [to] *v* arrange, line up, rank

tó [to] *v* be sufficient, reach

tóbi [tobee] *adj* big

tòlótòló [tolotolo] *n* turkey

tòrò [toro] *v* settle

tòṣí [toshee] *adj* wretched, poor

tọ̀ [taw] *v* follow

tọ̀ [taw] *v* urinate

tọ́ [taw] *adj* correct, straight, honest

tọ́ [taw] *v* train

tọ́jú [tawjoo] *v* look after

tọ́ka [tawka] *v* indicate

tọ́ńbìlà [taw-oon-bee-la] *n* drinking glass

tọrọ [tawraw] *v* request, solicit

tù [too] *v* calm, appease

tu [too] *v* spit

tu [too] *v* uproot

túbọ̀ [toobaw] *adv* further

túká [tooka] *v* separate, disperse

túlààsì [toolaasee] *n* trouble

túlẹ̀ [toole] *n* student

túmọ̀ [toomon] *v* translate, explain

tún [toon] *adv* again

túnṣe [toonshay] *v* repair

tutù [tootoo] *adj* cold, cool, fresh, calm

túúbá [too-ooba] *v* surrender

túùkú [too-ookoo] *n* wild hog

W

wà [wa] *v* be, exist
wà [wa] *v* dig
wà [wa] *v* drive
wa [wa] *pron* our, us
wá [wa] *v* come
wá [wa] *v* look for
wá [wa] *v* tremble
wáàsí [waasee] *n* Muslim sermon
wàásù [waasoo] *v* preach (Christian)
wádìí [wadee] *v* investigate
wàhálà [wahala] *n* trouble
wàjà [waja] *v* die (kings only)
wákàtí [wakatee] *n* hour
wàrà [wara] *n* milk
wárápá [warakpa] *n* epilepsy
wàràwèré [warawayray] *adv*
   immediately, in a flash

wáyé [wayay] *v* occur

wàyíí [wa-yee] *adv* now, clearly

wé [way] *v* wrap

wèrè [wayray] *n* madman

wéré [wayray] *adv* quickly

wẹ̀ [we] *v* wash

wẹ́rẹ́ [were] *adv* gently, effortlessly

wĩ [wee] *v* singe

wí [wee] *v* say

wín [ween] *v* borrow

wò [wo] *v* look

wó [wo] *v* fall, collapse

wóró [woro] *n* unit

wọ̀ [waw] *v* enter, put on

wọ́ [waw] *v* pull

wọ́ [waw] *adj* crooked

wọ̀n [won] *v* measure

wọn [won] *pron* they, them

wọ́n [wọn] *adj* dear, rare

wọ̀nyíí [wonyee] *pron* these

wù [woo] *v* please

wúkọ́ [wookaw] *v* cough

wúlò [woolo] *v* utilize

wúńdíá [woo-oon-dee-a] *n* virgin

wúrà [woora] *n* gold

wúre [wooray] *v* profer blessings

wúnrèn [woonren] *n* item

wùsî [woosee] *v* increase

wúwo [woowo] *adj* heavy

Y

yà [ya] *v* separate, bifurcate

yà [ya] *v* draw, sketch, carve

ya [ya] *v* tear

yá [ya] *v* borrow

yá [ya] *adj* quick, short, ready

yàgò [yago] *v* avoid, give way

yàgbẹ̀ [yagbe] *v* defecate

yájú [yajoo] *adj* impertinent

yálà [yala] *conj* either

yàn [yan] *v* choose

yan [yan] *v* walk with dignity

yan [yan] *v* roast

yán [yan] *v* yawn

yanbọ [yanbaw] *adj* picky, selective

yangàn [yangan] *v* brag, boast

yangan [yangan] *n* maize

yànmù yánmú   [yanmoon-yanmoon]   *n*
mosquito

yanrìn, ìyanrìn   [yanreen, eeyanreen   *n*
sand

yapa   [yakpa]   *v*   deviate

yàrà   [yara]   *n*   trench

yàrá   [yara]   *n*   room

yára   [yara]   *adj*   quick, fast

yarun   [yaroon]   *v*   comb

yàtọ̀   [yataw]   *v*   differ

yáyì   [yayee]   *adj*   good, lovely

yè   [yay]   *v*   survive

yé   [yay]   *v*   understand

yé   [yay]   *v*   lay an egg

yéèpà ·   [yay-aykpa]   *interj*   expression of
surprise, admiration or pain

yèyé   [yay-yay]   *n*   mother

yè   [ye]   *v*   postpone, obviate

yẹ   [ye]   *v*   befit

yẹpẹrẹ   [yekpere]   *adj*   insignificant

yẹra   [yera]   *v*   shun

yẹrí   [yeree]   *v*   malinger

yẹrí, yẹtí   [yeree, yetee]   *n*   earring

yèyé [yeye] *n* joke, levity

yi [yee] *adj* tough

yí [yee] *v* turn, roll

yìn [yeen] *v* praise

yín [yeen] *pron* you (object)

yíó, yóò [yeeo, yo-o] *v* shall, will

yó [yo] *v* satisfy (related to hunger)

yòrò [yoro] *v* melt

Yorùbá [Yorooba] *n* Yoruba

yò [yaw] *adj* slippery

yò [yaw] *v* rejoice, be happy

yọ [yaw] *v* remove

yọ [yaw] *v* appear, sprout

yọ́ [yaw] *v* melt

yọnu [yawnoon] *v* give trouble, worry

yọrí [yawree] *v* result, complete

yọwó [yaw-wo] *v* bargain

yọwọ́yọsè [yaw-waw-yaw-se] *v* disclaim

yọyé [yawye] *adj* unusual

yún [yoon] *v* itch, scratch

yunifásitì, fáfitì [yooneefaseetee, fafeetee]
   n university

English-Yoruba
Dictionary

A

a.m. [ei ẹm] *n* àárọ̀

add [ad] *v* ròpọ̀

addition [adisọn] *n* ìròpọ̀

adhesion [adizhọn] *n* ìlẹ̀pọ̀

adjourn [ajọọn] *v* fòpin-sípàdé

adjournment [ajọọnment] *n* ìfòpinsípàdé, ìfisójọ́mìíràn

adjudicate [adjudikeit] *v* dájọ́

administration [administreṣọn] *n* àkóso, ìsàkóso

admission [admiṣọn] *n* ìgbaniwọlé

admonition [admoniṣọn] *n* ìbániwí

adolescence [adọlẹsens] *n* ìgbà àṣẹ̀ṣẹ̀bálágà

adolescent [adọlẹsent] *adj, n* àṣẹ̀ṣẹ̀bálágà

adoption [adọpsọn] *n* gbígbàwọ́lé, ìsọdọmọẹni

adviser [advaisa] *n* olùdámọ̀ràn

affidavit [afiddavit] *n* afidáfì, ìwé ìbúra

affiliate [afilieit] *n* àbúrò
affiliation afiliẹsọn *n* ifisàbúrò
affinity [afiniti] *n* ìbũatan, ìbánitan
agent [eijent] *n* aṣokùnfà, aṣojú
aggression [agrẹsọn] *n* ìgbéjàkoni
agribusiness [agribiznis] *n* iṣẹ̀-òwò àgbẹ̀
alienation [elieneisọn] *n* ìtanù
alimony [alimọni] *n* owó ìtanràn
allergy [alaaji] *n* àìbáláramu
allocate [alokeit] *v* pín fún
allocation [alokeisọn] *n* ìpínfúnni
allotment [alọtment] *n* pípín-síà-owó
alternator [ọltaneitọ] *n* ọtanétò
alum [alọm] *n* álọ́mù
aluminum [aluminiọm] *n* bẹ̀lẹ̀jẹ́
ambassador [ambasedọ] *n* àǹbásádò
ambiguity [ambiguiti] *n* pọ́nna
ambulance [ambulans] *n* áǹbúláǹsì
amendment [amendment] *n* ìtúnṣe
amplifier [amplifaia] *n* anpifáyà
amulet [amulẹt] *n* ońdè
analgesia [analjisia] *n* àìmọ̀rora
analgesic [analjisik] *adj* apàrora

analogy [analɔji] *n* àkàwé
angle [angul] *n* áńgù
anklet [anklit] *n* ègbà kókósè
anonymity [anonimiti] *n* àìlo-orúkọ
apex [eipɛks] *n* ìgórí
appendix [apendiks] *n* àfikún
application [aplikeisɔn] *n* aplikésòn
appraisal [apreizɔl] *n* àgbéyèwò
appraise [apreiz] *v* gbéyèwò
apprentice [aprentis] *n* ọmọ-iṣé
aptitude [aptitud] *n* èbùn
Arabic [arabik] *n* èdè Lárúbáwá
arbitration [aabitreisɔn] *n* ìlàjà
architect [aakitɛkt] *n* ákítéètì
architecture [aakitekcɔ] *n* akitéṣọ
arrest [arɛst] *n* ìfòfinmú
arson [aasin] *n* ìtinábò, ìkunlé
artery [aatiri] *n* òpójè-àlọ
aspect [aspekt] *n* ìhà
aspiration [aspireisɔn] *n* àníyàn
assess [asɛs] *v* gbéléwòn
assessment [asɛsment] *n* igbéléwòn
assessor [asɛsɔ] *n* agbéléwòn

assistant [asistant] *n* igbákejì, olùrànlọ́wọ́

associate [asọsiet] *n* alájọse

associate [asọsiet] *v* darapọ̀

astronaut [astrọnọt] *n* ásúrọ́nọ̀

asylum [asailọm] *n* ibi-àsálà

athlete [athlit] *n* aṣeré-ìje

atlas [atlas] *n* àtíláàsì

atomic [atọmik] *n* alátọ́ọ̀mù

attachment [atacment] *n* àsomọ́, ìfẹ́

attendance [atendans] *n* ìbápéjú

audit [ọdit] *n* àyẹ̀wò

audit [ọdit] *v* yẹ̀wò

auditor [ọditọ] *n* ọ́dítò̀

automatic [ọtọmatik] *n* olótomàtíìkì

automation [ọtọmeisọn] *n* ọtọmésọ̀n

average [avrej] *adj* alábọ́dé, àláròpín

axis [aksis] *n* ògangan ìyípò

B

bacteria [bakitria] *n* batéríà
baggage [bagej] *n* ẹrù
bail [beil] *n* béèlì
bail [beil] *v* gba béèlì
balance [balans] *n* ìwọ̀n; bálánsì
balloon [balun] *n* bààlúù
ballot [balọt] *n* ìbò
banner [bana] *n* àsíà, bánà
bar [baa] *n* báà; ẹgbẹ́; amòfin
barbarism [baabarism] *n* ìwà ẹhànnà
bargain [baagein] *n* ìdúnàádúrà
barracks [barẹks] *n* barékì
barter [baata] *n* pàsípààrọ̀
barter [baata] *v* pààrọ̀
base [beis] *n* ìpìlẹ̀, ìtẹ́lẹ̀
battalion [bataliọn] *n* bàtáliọ̀

battery [batri] *n* bátírì

behavior [biheiviọ] *n* ìṣesí

bicycle [baisikl] *n* básíkù, kèkẹ́

bid [bid] *n* àbá àtirajà

bid [bid] *v* dábàá àtirajà

biochemistry [baiokẹmistri] *n* bayokẹ́mísírì

biology [baiọloji] *n* bàyọ́lójì

birthday [baathdei] *n* ojọ́-ìbí

bladder [blada] *n* àpò ìtọ̀

bleed [bliid] *v* ṣẹ̀jẹ̀

blend [blend] *v* lòpọ̀

blender [blenda] *n* ẹ̀rọ-alòpọ̀

block [blọk] *n* bùlọ́ọ̀kì

board [bọọd] *n* ìgbìmọ̀

boarder [bọọda] *n* bọ́dà

bomb [bọmb] *n* bọ́nbù

bona fide [bona faidi] *n* ojúlowó

bond [bọnd] *n* bọ́ndì

bonus [bonọs] *n* bónọ́ọ̀sì

boom [bum] *n* ìbúrékẹ́ ọjà

bounce [bauns] *v* ta

boundary [baundri] *n* à*àlà

boycott [bọikọt] *n* patì; ìpatì
brakes [breiks] *n* ìjánu; bíréèkì
brass [bras] *n* idẹ
breach [breic] *n* ìrúfin
breach [breic] *v* rúfin
breadth [brẹdth] *n* ìbú
brigade [brigeid] *n* bìrìgéédì
brigadier [brigeidia] *n* bìrìgẹdíà
broadcast [brọdkast] *v* kéde
broadcasting [brọdkastin] *n* kíkéde
broker [broka] *n* aláròóbọ̀
brokerage [brokreij] *n* àróbọ̀
bronze [brọnz] *n* bàbàganran
bubble [bọbl] *n* èhó
budget [bọdjit] *n* bójẹ́ẹtì
bulb [bọlb] *n* gílóòbù
bulldozer buldouza] *n* ẹ̀rọ awúgiwópẹ̀
bunker [bọnka] *n* bọ́ńkà
burglary [bọrglari] *n* ìfọ́lé

C

camera [kamẹra] *n* kámẹ́rà
candidate [kandideit] *n* òǹwápò, òǹwáṣẹ́
candidature [kandideicọ] *n* ìwápò, ìwáṣẹ́
canon [canọn] *n* òṣùwòn
capillary [kapilari] *n* òpójẹ̀-wẹ́wẹ́
capital [kapital] *n* owó-òwò
capitalism [kapitalism] *n* ìlànà ìkọ́ròjọ
capitalist [kapitalist] *n* akọ́ròjọ
carbon [kaabọn] *n* èédú
card [caad] *n* káàdì
carrot [karọt] *n* kárọ́òtì
cartoon [kaatuun] *n* awòrán afiṅkan-ṣẹ̀fẹ̀
case [keis] *n* ẹjọ́
cash [kaṣ] *n* owó
catalog [katalọg] *n* kátálọọgì
category [katigori] *n* ìsọrí

124

cement [siment] *n* símẹ́ntì

censorship [sensọsip] *n* ìfòfinsé

census [sensọs] *n* ìkàniyàn

ceremony [serimoni] *n* ayẹyẹ, àṣẹyẹ

certificate [satifikeit] *n* ìwé-ẹ̀rí, sáb>ukéètì

cf. [sịef] *n* fi wé (f.w.)

chalk [cọọk] *n* ẹfun

change [cenj] *n* ìyípada

change [cenj] *v* yípadà

chant [cant] *n* ìsàré

chant [cant] *v* ṣèsaré

chapter [capta] *n* orí

character [karakta] *n* ẹ̀dá

characterization [karaktaraizẹṣon] *n* ìfìwàwẹ̀dá

charge [caaj] *n* ẹ̀sùn

chart [caat] *n* àtẹ

cheat [ciit] *v* ṣe òjóró

cheating [citin] *n* òjóró

check [cẹk] *n* ṣẹ́ẹ̀kì, sọ̀wẹ́dowó

chemical [kẹmikal] *n* ẹ̀ròjà oògùn

chemistry [kẹmistri] *n* kẹ́mísíri

chick [cik] *n* òròmọdìẹ

chief [cif] *n* olóyè, ìjòyè

cholera [kọlera] *n* onígbámẹ́jì

choral [koral] *n* àjùmọ̀kọ

chorus [korọs] *n* ègbè, elégbè

chromosome [kromozom] *n* kírómòsò

chronicler [krọnikla] *n* arókin, akùnyùngbà

chronology [ìtì-lójọọrí] *n* ìtò-lójọọrí

circle [saakl] *n* sákù

circular [saakula] *n* ìwé-ìpè

citizen [sitizin] *n* onílẹ̀

civilian [sivilian] *n* ará-ìlú

class [klas] *n* kíláàsì; ọ̀wọ́

classify [klasifai] *v* pín-sísọrí

claw [klọọ] *n* èékánná

clay [klei] *n* amọ̀

clerk [klaak] *n* akòwé

client [klaient] *n* oníbàárà

climax [klaimaks] *n* òténté

clinic [klinik] *n* ilé ìtọ́jú aláìsàn

clone [kloun] *n* kílóònù

clown [klaun] *n* aláwàdà

cluster [klọsta] *n* ìṣùpọ̀

cobalt [kobalt] *n* kóbáàtì

cocaine [kokein] *n* kokéènì

code [koud] *n* ẹnà

cognition [kọgniṣọn] *n* imọ-ǹǹkan

cohesion [koizhọn] *n* ìfaramọ́ra, ìṣewẹ́kú

collate [kolet] *v* tòjọ

collusion [koluzhọn] *n* ìlẹ̀dí-àpọ̀-pọ̀

colonialist [kolonialist] *n* amúnisìn

column [kọlumn] *n* òpó

combine [kọmbain] *v* so pọ̀

comedy [kọmẹdi] *n* eré amẹ́rìn-ínwá

comment [kọment] *n* ìdásọ́rọ̀

comment [kọment] *v* dá sọ́rọ̀

commentary [kọmẹntri] *n* ọ̀rọ̀-ìdásí

commerce [kọmaas] *n* òwò

commission [kọmiṣọn] *n* ìgbìmọ̀, owó-làádá

committee [kọmiti] *n* kọmití

commodity [kọmọditi] *n* ohun-àmúṣòwò

commonwealth [kọmọnwẹlth] *n* kọ́mọ́nwẹ̀ẹ̀tì

communication [kọmmunikeiṣọn] *n*
ìbánisọ̀rọ̀

communism [kọmunism] *n* ètò
alájọgbébùkàtà

community [kọmiuniti] *n* àwọn araìlú

commuter [kọmiuta] *n* alálọbọ̀

company [kọmpani] *n* kọ́npìnnì

competence [kọmpitens] *n* ìmọ̀-ọ́nṣe

competitor [kọmpẹtitọ] *n* abánifigagbága

comprehension [kọmprienṣọn] *n* àkàyé,
agbóyé

comprehensive [kọmpriensiv] *adj* àkótán

computation [kọmputeiṣọn] *n* ìṣẹṣirò

computer [kọmputa] *n* kọ̀npútà

concentric [konsentrik] *adj* alájùmọ̀níṣẹ́ntà

concept [kọnsẹpt] *n* ohun àforírò

conception [kọnsẹpṣọn] *n* èrò, ìlóyún

conciliation [kọnsilieiṣọn] *n* ìlàjà

conclusion [kọnkluzhọn] *n* ìgúnlẹ̀,
àgbálọgbábọ̀

concrete [kọnkrit] *adj* àrídìmú

concubine [kọnkubain] *n* àlè, ọ̀rẹ́

condition [kọndiṣọn] *n* kání, ibá

conditional [kọndisọnal] *adj* oníbá
condom [kọndọm] *n* kọ́ńdọ̀
conduit [kọnduit] *n* kọ́ndúítì
conference [kọnfrens] *n* àpérò
confession [kọnfẹsọn] *n* ìjẹ́wọ́
confidence [kọnfidens] *n* ìgbẹ́kẹ̀lẹ̀; bọ̀nkẹ́lẹ̀
conflict [kọnflikt] *n* ìkọlura
conflict [kọnflikt] *v* kọlura
congenital [kọnjinital] *n* àbímọ́
conscience [kọnṣiens] *n* ẹ̀rí-ọkàn
consecration [kọnsikreisọn] *n* ìyàsímímọ́
consecutive [kọnsẹkutiv] *adj* ṣísẹ̀ntẹ̀lé
consensus [kọnsensọs] *n* àjọfohùnsí
consequence [kọnsikwens] *n* àbájade
conservation [kọnsaveisọn] *n* ìdáàbòbò
consistency [kọsistensi] *n* àìtàsé
consonant [kọnsonant] *n* kọ́nsọnáńtì
constitution [kọnstitusọn] *n* òfin-ìṣàkóso
constrain [kọnstrain] *v* fi òté lé
consul [kọnsul] *n* ajẹ́lẹ̀
consumer [kọnsuma] *n* aṣàmúlò
contagion [kọnteizhọn] *n* ìkárùnràn
contagious [kọnteizhọs] *adj* alèranni

contempt [kọntemt] *n* àfojúdi

contraband [kọntraband] *n* ọjà-òfin

contraception [kọntrasẹpsọn] *n* ìdènà-oyún

contraceptive [kọntrasẹptiv] *n* adènà-oyún

contract [kọntrakt] *n* iṣẹ́ kòǹgílátò

contradiction [kontradiksọn] *n* ìtakoraẹni

contrary [kọntrari] *n* lòdìsí

contribution [kọntribusọn] *n* èdáwó

convention [kọnvensọn] *n* àsà

conversation [konvaseisọn] *n* àsọgbà

conviction [konviksọn] *n* ìdánilójú; ìdálẹ́bì

cooperative [ko-opireitiv] *n* aláfọwọ́sowọpọ̀

coordination [koọdineitọ] *n* kòkárí

copper [kọpa] *n* bàbà

cork [kọọk] *n* èdídí

corner [kọọna] *n* orígún

correction [kọrekṣọn] *n* àtúnṣe

correlate [kọrilet] *v* bá mu

correspondence [kọrẹspondens] *n* ìwé, lẹ́tà

corruption [kọropsọn] *n* ìwà-ìbàjẹ́

costume [kọstium] *n* aṣọ-eré

cotton [kọtin] *n* òwú

counsel [kaunsil] *n* ìmọ̀ràn; àgbẹjọ́rò, lọ́yà

counselor [kaunsilọ] *n* agbaninímọ̀ràn

counterfeit [kauntafit] *n* pánda

crab [krab] *n* akàn

craft [kraft] *n* iṣẹ́-ọwọ́

crayfish [kreifiṣ] *n* ọ̀kàsa

creation [krieisọn] *n* iṣẹ̀dá

creativity [krietiviti] *n* àrògún, àtinúdá

credit [krẹdit] *n* àwìn; sáárá

Creole [krioul] *n* kiriyó

crime [kraim] *n* ọ̀ràn

criminal [kriminal] *n* ọ̀daràn

crisis [kraisis] *n* rògbòdìyàn

criticism [kritisism] *n* ìtọpinpin

culture [kọlcọ] *n* àṣà, ìṣèṣe

currency [kọrensi] *n* kọ́rẹ́nńsì

D

dam [dam] *n* ìsédò
damage [damij] *n* ìbàjẹ́
damage [damij] *v* bàjẹ́
dance [dans] *n* ijó
dance [dans] *v* jó
data [deita] *n* akójọfáyèwò
deal [diil] *n* ìlẹ̀díápòpò
dealer [diila] *n* dílà
death [dẹth] *n* ikú
debate [dibeit] *n* aríyànjiyàn, ìjíròrò
decimal [dẹsimọl] *n* dẹsímà
deduce [didus] *v* fayọ
deduction [didọksọn] *n* àfayọ
defamation [dẹfamẹsọn] *n* ìbanilórúkọjẹ́
default [difọt] *n* ìyàdéhùn
defendant [difendent] *n* ajẹ́jọ́

defense [difens] *n* ajẹ́jọ́

defense [difens] *n* ààbò

deficiency [difiṣensi] *n* àìnító

deficit [dẹfisit] *n* iye-ó-kù-káà-tó

define [difain] *v* kì

definition [dẹfiniṣọn] *n* oríkì

defoliation [difolieṣọn] *n* ìwọ́wé

degree [digrii] *n* dìgíríî, oyè-ẹ̀kọ́

delete [dilit] *v* yọ

delivery [dilivri] *n* ìbímọ

demagogy [demagoji] *n* ìfọ̀rọ̀dídùnmúniṣeteni

demonstration [demọnstreṣọn] *n* ìwọ́de afíhónúhàn; ìṣenǹkanhanni

demote [dimout] *v* yàbalẹ̀

demotion [dimouṣọn] *n* ìyabalẹ̀

denote [dinout] *v* dúrófún

density [densiti] *n* ìpọ̀sójúkan

dent [dẹnt] *v* tẹ̀wọnú

dentist [dẹntist] *n* oníṣègùn-eyín

department [dipaatment] *n* ẹ̀ka iṣẹ́, ẹ̀ka-ìmọ̀

dependency [dipendensi] *n* ìlèdádúró

depress [dipres] *v* fà wálè, kì wolè

deputy [deputi] *n* igbákejì

derivation [deriveison] *n* isèdá

derive [diraiv] *n* sèdá

describe [diskraib] *v* sàpèjúwe

description [diskripson] *n* àpèjúwe

desert [dezert] *n* asálè

design [dizain] *n* awòrán-èrò

design [dizain] *v* yàwòrán-èrò

designer [dizaina] *n* ayàwòran-èrò

destitute [destitut] *n* aláìní

detective [ditektiv] *n* òtelèmúyé

detention [ditenson] *n* ìtìmólé

detergent [ditaajent] *n* ose lúbúbú

develop [divelop] *v* dàgbàsókè

development [divelopment] *n* ìdàgbàsókè

deviance [diviens] *n* ìyapa

deviant [diviant] *adj* ayapa

deviation [divieson] *n* ìyapa

diabetes [daiabitis] *adj* *n* àtògbe

diabetic [daiabitik] *n* alàtògbe

diagram [daiagram] *n* àwòrán

dialect [daialekt] *n* èka-èdè

dialectics [daialẹktiks] *n* aròogún alójúlódì

dialogue [daialog] *n* ìsòrògbèsì

diamond [daiamọnd] *n* dáyámọ́ọ̀nù

diarrhea [daiaria] *n* ìsunú

diary [daiari] *n* dáyárì

diaspora [daiaspora] *n* asàtìpódọmọonílẹ̀

dictation [diktẹsọn] *n* àpèkọ

dictionary [dikṣinari] *n* atúmọ̀-èdè

diesel [diizl] *n* dísù

difference [difrens] *n* asẹ́kù, ìyàtọ̀

diffuse [difius] *adj* apín- káàkiri

diffuse [difius] *v* pín káàkiri

diffusion [difiuzhọn] *n* ìpín káàkiri

digestion [daijẹssọn] *n* dídà-oǹjẹ

digit [dijit] *n* díjíìtì

digital [dijital] *adj* alodíjíìtì

dilute [dailut] *v* là

dimension [dimensọn] *n* ìhà

diplomacy [diplomesi] *n* ọgbọ́n ìṣèlú

direction [dirẹksọn] *n* apá

directory [dairektri] *n* àkójọ orúkọ

dirge [dẹẹj] *n* orin aròo

disabled [diseibild] *n* aláìpé-ara

disc [disk] *n* àwo

discipline [disiplin] *n* ẹka-ẹ̀kọ́, ẹka-ìmọ̀; ìpòfinmọ́, ikọ́níjàánu

discontinuous [diskọntinuọs] *adj* aláfo

discord [diskọọd] *n* àìsọ̀kan

discount [diskaunt] *n* ẹ̀dínwó

discovery [diskọvri] *n* ìwárí

discrete [diskriit] *adj* asọ̀tọ̀

discrimination [diskriminesọn] *n* ìsojúùsájú

discussion [diskọsọn] *n* ìjíròrò

dissolve [dizọov] *v* yoro

distress [distres] *n* ìpayà

distribution [distribusọn] *n* ìpẹ̀ka, ìpínká, ìfọ́nká

district [districkt] *n* ẹkùn

divide [divaid] *v* pín

dividend [divident] *n* dífídẹ̀ńdì

division [divizhọn] *n* ìpín, dìfísọ̀n

divorce [divọọs] *n* ìjáwéè

dock [dọk] *n* èbúté, wọ́ọ̀fù

doctor [dọktọ] *n* dókítà

document [dọkument] *n* ìwé

domicile [domisail] *n* ìbùgbé

dominance [dọminans] *n* ìgàbà

dowry [dauri] *n* ohun ìdána

drain [drein] *n* fà gbẹ

drama [drama] *n* eré-oníṣe

draw [drọọ] *v* yàwòrán

drill [dril] *v* dáhòsí, gbẹ́lẹ̀jìn

drought [draut] *n* ìgbà ọ̀dá

drug [drọg] *n* egbòogi

dumb [dọmb] *n* odi

duplicate [dupliket] *v* sẹ̀dà

duress [durẹs] *n* ipá

duty [diuti] *n* iṣẹ́, ojúṣe

dye [dai] *n* aró

dye [dai] *v* paláró

E

E.E.C. [iisi] *n* Àjọ Àsowópọ̀ Ilẹ̀ Yuróòpù

echo [ẹko] *n* gboùngboùn

ecology [ẹkọloji] *n* ìmọ̀ araámọbùgbé

economy [ikọnọmi] *n* ọrọ̀-ajé

edit [ẹdit] *v* ṣiṣẹ́ olótùú

editor [ẹditọ] *n* olótùú

education [edukeisọn] *n* ẹ̀kọ́

ego [igo] *n* ìwọ̀n-ara-ẹni

election [ilẹksọn] *n* ìdìbò, ìbò

electricity [ilẹktrisiti] *n* ìlẹ̀ntíríìkì

element [ẹliment] *n* fọnrán, ẹ́límẹ́ntì

elide [ilaid] *v* pajẹ

elite [elit] *n* bọ̀rọ̀kìnnì

ellipsis [ẹlipsis] *n* ìgékúrú

embed [ẹmbẹd] *v* fibọ̀

embezzle [ẹmbẹzl] *v* kówójẹ

embezzlement [ẹmbẹzlment] *n* ìkówójẹ

embryo [ẹmbraio] *n* ọlẹ̀

embryology [ẹmbraioloji] *n* ìmọ̀-ọlẹ̀

emergency [imaajensi] *n* pàjáwìrì

emir [ẹmia] *n* ẹ́míá

emirate [ẹmiret] *n* ilẹ̀-àsẹ-ẹ́míá

emission [ẹmisọn] *n* ìbùsíta

emit [ẹmit] *v* tàn

emotion [imousọn] *n* ìmọ̀lára

emphasis [ẹmfasis] *n* ìtẹnumọ́

emphasize [ẹmfasais] *v* tẹnumọ́

empirical [ẹmpirikal] *adj* ajẹmọ́-àsẹdánwò

employee [ẹmplọyii] *n* òṣìṣẹ́

employer [ẹmplọya] *n* agbanisíṣẹ́

employment [ẹmplọiment] *n* iṣẹ́

empty [ẹmpti] *adj* ofo

enactment [inaktmint] *n* ìṣòfin

encode [enkoud] *v* sọdọ̀rọ̀

encyclopedia [ensaiklopidia] *n* ìwé-atúmọ̀-gbogbogbòò

end [end] *n* òpin

endorse [endọọs] *v* fọwọ́sí

endorsement [endọọsmint] *n* ìfọwọ́sí

energy [ẹnaji] *n* agbára, okun

engine [enjin] *n* èrọ, ẹ́njínnì

engineer [enjinia] *n* ẹ́njinníà

engineering [enjiniarin] *n* iṣẹ́-enjinníà

enquire [ẹnkwaia] *v* wádìí

enquiry [enkwairi] *n* ìwádìí

enterprise [entaprais] *n* iṣẹ́ àdáwọ́lé

entertainment [entateinment] *n* ìdálárayá

entrance [entrans] *n* àbáwọlé

entrepreneur [entriprinịọ] *n* olùdásẹ́sílẹ̀

environment [envaironmint] *n* àyíká, sàkání

envoy [envọi] *n* aṣọjú

epidemics [ẹpidẹmiks] *n* àjàkálẹ̀ arùn

equal [ikwọl] *adj* ọgba

equality [ikwaliti] *n* ìdọ́gba

equation [ikwẹṣọn] *n* ètò ìbádọ́gba

equilibrium [ẹkwilibriọm] *n* ìgúnrégé

equipment [ikwipment] *n* irin-iṣẹ́

equity [ẹkwiti] *n* ètọ́, iye-orí ṣíà

equivalent [ikwivalent] *adj* adọ́gba, abádọ́gba

erosion [irozhọn] *n* ìkólọ

error [ẹrọ] *n* àṣìṣe

essay [ẹsei] *n* àròkọ

estimate [ẹstimet] *n* ìfojúbù

estimate [ẹstimeit] *v* fojúbù

ether [itha] *n* ítà

ethnic [ẹthnik] *adj* ajẹmọ́-ìran

ethnicity [ẹthnisiti] *n* ìjẹmọ́-ìran

evacuate [ivakwiet] *v* kókúrò

evacuation [ivakweiṣọn] *n* ìkókúrò

evade [iveid] *v* yẹra

evaluation [ivaluesọn] *n* ògbéléwọn

evaporate [ivaporet] *v* fàgbẹ

evaporation [ivaporesọn] *n* ìfàgbẹ

evasion [iveizhọn] *n* ìyẹra

evening [ivnin] *n* alẹ́

eviction [ivikṣọn] *n* ìdàjáde

evidence [ẹvidens] *n* èrí

examination [ẹgzaminesọn] *n* ìdánwò

example [egzampl] *n* àpẹẹrẹ

exception [ẹksepṣọn] *n* kò-bégbD̄ọ̄-mu

excerpt [ẹksaapt] *n* àyọlò

exchange [ẹkscenj] *n* pàṣípààrò

execute [ẹgzikut] *v* pa; múṣẹ

executive [ẹgzẹkutiv] *n* aláṣẹ

exhibit [ẹgzibit] *n* ohun àfihàn

exhibit [ẹgzibit] *v* fi hàn

exhibition [ẹgzibiṣọn] *n* àfihàn, ìfihàn

expand [ẹkspand] *v* ràn

expansion [ẹkspanṣọn] *n* ìfẹ̀lọjú

expect [ẹkspẹkt] *v* fetí

expectancy [ẹkspẹktansi] *n* ìfojúsọ́nà

expectation [ẹkspekteiṣọn] *n* ìrètí

expenditure [ẹkspendiçọ] *n* àpapọ̀-ìnáwó

expense [ẹkspens] *n* ìnáwó

experience [ẹkspiriens] *n* ìrírí

experiment [ẹkspẹriment] *n* ìṣedánwò, àṣedanwò

experiment [ẹkspẹriment] *v* ṣewò

explain [ẹksplein] *v* ṣàlàyé

explanation [ẹksplaneiṣọn] *n* àlayé

explosion [ẹksplozhọn] *n* ìbúgbàmù

explosive [ẹksplosiv] *n; adj* abúgbàmù

F

fable [feibl] *n* àló

fabric [fabrik] *n* aṣọ

fabricate [fabrikeit] *v* ṣẹ̀dá

face [feis] *n* ojú

factor [faktọ] *n* fákítò

factory [faktri] *n* ilé-ṣẹ́-iṣenǹkanjáde

faculty [fakọlti] *n* làákàyè; fákọ́tì

fallacy [falasi] *n* idu

false [fọls] *adj* èké

falsification [fọlsifikeṣọn] *n* iṣèké

family [famili] *n* ẹbí

fan [fan] *n* abẹ̀bẹ̀

fauna [fauna] *n* àkópọ̀ ẹranko igbó

feature [ficọ] *n* àbùdá

feature [ficọ] *v* jẹyọ

federalism [fẹdẹralism] *n* ìlànà ìjọba alápapọ̀

federation [fẹdireṣọn] *n* ìjọba alápapọ̀

feedback [fidbak] *n* ìjábọ̀

feminine [fọminin] *adj* abo

fence [fens] *n* ọgbà

fertility [fatiliti] *n* ìṣabiyamọ

fertilizer [fatilaiza] *n* ajílẹ̀

fever [fiva] *n* ibà

fiber [faiba] *n* fọ́nrán

fiction [fikṣọn] *n* ìtàn àròṣọ

film [film] *n* fíìmù

filter [filta] *n* aṣẹ́

filter [filta] *v* ṣẹ́

finance [finans] *n* ètò-ìsúná-owó

fine [fain] *n* owó-ìtánràn

finger [finga] *n* ìka

fire [faia] *n* iná

flag [flag] *n* àṣíá

flattery [flatri] *n* ìgbégaáyán

flexibility [flegzibiliti] *n* ìṣeégò

float [flout] *v* léfòó

flour [flaua] *n* ìyẹ̀fun

fluctuation [flọktueṣọn] *n* ìṣe-ṣẹgẹ̀ṣege

focus [fokọs] *n* ògangan, ìfojúsùn

focus [fokọs] *v* fisùn

food [fud] *n* oͅnje

foot [fut] *n* ẹsẹ̀

footnote [futnot] *n* ìtọsẹ̀-ọ̀rọ̀

force [fọọs] *n* ipá

foreground [fọọgraund] *v* gbéyọsíwájú

forehead [forid] *n* iwájú

foresight [fọọsait] *n* ìwẹ̀yìn-ọ̀rọ̀

forfeiture [fọọficọ] *n* ìpàdánù

forgery [fọọjri] *n* ayédèrú, ìyíwèé

form [fọọm] *n* fọ́ọ̀mù

formula [fọọmula] *n* àgbékalẹ̀

formulate [fọọmulet] *v* gbékalẹ̀

formulation [fọọmuleiṣọn] *n* ìgbékalẹ̀

fornication [fọọnikeṣọn] *n* àgbèrè, panṣàgà

forward [fọọwọd] *n* ọ̀rọ̀-ìṣáájú

fossil [fọsil] *n* fọ́sì

foundation [faundeṣọn] *n* ìpìlẹ̀

franc [frank] *n* fánràn

fraud [frọd] *n* èrú

freeze [friiz] *v* diyìnyín; fòfin dè

frog [frọg] *n* àkèré, kòͅnkòͅ

fruit [frut] *n* èso

fuel [fiul] *n* aṣuná

fund [fọnd] *n* owólápò

fund [fọnd] *v* ṣe ináwó

fundamental [fọndamental] *n* tìpìlẹ̀

funnel [funel] *n* àrọ

future [fiucọ] *n* ọ̀la, ọjọ́-iwájú

G

gallery [galri] *n* gélárì
galley [gali] *n* gálì
garbage [gaabej] *n* pàntí
gas [gas] *n* gáàsì
gender [jenda] *n* jẹ́ńdà
general [jeneral] *adj* àníkárí
generate [jeniret] *v* dàrọ
generator [jeniretọ] *n* jẹnẹrétò
generic [jenerik] *adj* akẹ́gbéjẹ́
genetics [jenẹtiks] *n* ìmọ̀-orírun
genocide [jenosaid] *n* ìpàrankanrun
genotype [jenotaip] *n* irú-ìran
geography [jiografi] *n* jógíráfì
geology [jiọlọji] *n* jìọ́lọ́ji
geometry [jiọmitri] *n* jọ́mítìrì

geophysics [jiofiziks] *n* jiofísíìsì
gesture [jɛstcọ] *n* ìfarasọ̀rọ̀
ginger [jinja] *n* atalẹ̀
glass [glas] *n* ọ̀pálánbá, gíláàsì
global [globl] *adj* káríayé
globe [glob] *n* àgbáyé
glossary [glọsri] *n* atúmọ̀-ọ̀rọ̀
glut [glọt] *n* àpọ̀jù
government [gọvnment] *n* ìjọba
governor [gọvanọ] *n* gómìnà
gram [gram] *n* gíráàmù
grammar [grama] *n* gírámà
granite [granait] *n* akọ-òkúta
grant [grant] *n* owó-ìfiṣèrànwọ́fúnni
granular [granula] *adj* ẹ̀rún
grapefruit [greipfrut] *n* gíréèbù
graph [graf] *n* gíráàfù
group [grup] *n* ẹgbẹ́
grow [grou] *v* dàgbàsóke, dàgbà
growth [grouth] *n* ìdàgbàsókè
guarantee [garanti] *v* fọwọ́sọ̀yà,
 filọ́kànbalẹ̀

guess [gẹs] *v* tànmọ́n-ọ̀n
guideline [gaidlain] *n* ìtọ́sọ́na, ìlànà
gymnasium [jimnesiọm] *n* ilé eré-ìdárayá

H

habit [habit] *n* barakú
habitat [habitat] *n* ìbùgbé
hamlet [hamlit] *n* abà, abúlé
handball [handbọl] *n* bọ́ọ̀lù-àfọwọ́gbá
hardware [haadwẹa] *n* ohun-èlò gíríkì
harmattan [haamatan] *n* ọyẹ́
harmful [haamful] *adj* ọlọ́sẹ̀
harp [haap] *n* háàpù
harvest [haavest] *n* ìkórè
harvest [haavest] *v* kórè
headline [hẹdlain] *n* akọlé kókó ìròyìn
headmaster [hedmasta] *n* hẹ́dìmaità
headquarters [hẹkwọtaz] *n* ẹ́dìkọtà
health [hẹlth] *n* ìlera
hear [hia] *v* gbọ́
hearsay [hiasei] *n* wọ́n-ní

heart [haat] *n* ọkàn
heartburn [haatbọọn] *n* àyà-títa
heat [hiit] *n* ooru
heavy [hẹvi] *adj* wúwo
hectare [hẹktaa] *n* hẹ́kítà
height [hait] *n* gíga
helicopter [hẹlikọpta] *n* hẹlikọ́ọ́tà
hemorrhage [hẹmọrej] *n* ìsun-èjẹ̀
hemp [hẹmp] *n* igbó
hepatitis [hẹpataitis] *n* àrùn-ẹ̀dọ̀
herb [haab] *n* ewéko
herbicide [haabicid] *n* oògùn-apako
hereditary [hẹrẹditri] *adj* àbímọ́, àjẹbí
heredity [hẹrẹditi] *n* ibínibí, ìbímọ́
hernia [haania] *n* ìpákè
hero [hiro] *n* akin
hiatus [haiatọs] *n* àfo
hide [haid] *v* pamọ́, fi pamọ́
high [hai] *adj* ga
hippopotamus [haipopotamọs] *n* erinmi
historian [historian] *n* òpìtàn
history [histri] *n* ìtàn
holiday [họlidei] *n* ìsinmi, ọludé

homonymy [họmọnimi] *n* fẹ̀dádọ́gba

honor [họnọ] *n* ọlá

honorable [họnọrebl] *adj* ọlọ́lá, ọnarébù

honorary [họnọrari] *adj* ìfidánilọ́lá

humidity [hiumiditi] *n* ìlómi-afẹ́fẹ́

humor [hiumọ] *n* ìpanilẹ́rìn-ín

humus [hiumọs] *n* ọ̀rá-ilẹ̀

hydration [aidreisọn] *n* ìmúlómilára

hydrogen [aidrojin] *n* áídírójìn

hydrology [aidrọlọji] *n* ẹ̀kọ́-omi

hygiene [aijin] *n* ìmọ́tótó

hyperbole [aipaboli] *n* àsọrégèé

hypertension [aipatensọn] *n* ẹ̀jẹ̀ ríru

hypothesis [aipothisis] *n* àbá ìpilẹ̀

I

identify [aidentifai] *v* dámọ̀, yà sọ́tọ̀
identity [aidentiti] *n* ìdánimọ̀
ideology [aidiọlọji] *n* èrò báyẹ́serí
ignorance [ignorans] *n* àìmọ̀kan
illegality [iligaliti] *n* àìbófinmu
illiterate [ilitret] *n* aláìmọ̀mọ̀-ọ́nkọ-mọ̀-ọ́nkà
illogical [ilojikal] *adj* aláìlárògún
imagination [imajineisọn] *n* ojú-inú
imagine [imajin] *v* fi ojú inú wò
imitate [imiteit] *v* farawé, sín jẹ
immature [imacọọ] *adj* àìgbóra, àìgbókàn
immortality [imọtaliti] *n* àìkú, àìlèkú
immune [imiun] *adj* abólọ́wọ́àrùn
immunity [imiuniti] *n* ìbólọ́wọ́àrùn
immunization [imiunaizesọn] *n* ìfúnnilájẹsára

immunology [imiunọloji] *n* ìmọ̀-àjẹsára

implement [impliment] *n* ohun-èlò

implication [implikeisọn] *n* èyìn-ọ̀rọ̀

imply [implai] *v* fàyọ́

imprisonment [imprizinment] *n* èwọ̀n; isẹ̀wọ̀n

incense [insens] *n* tùràrí

incentive [insentiv] *n* amóríyá

incident [insident] *n* ìsẹ̀lẹ̀

incision [insizhọn] *n* gbẹ́rẹ́

income [inkọm] *n* owó-tó-wọlé

inconsistency [inkọnsistensi] *n* títàsé

incontinence [inkọntinens] *n* aìní-ímáradúró

increment [inkriment] *n* èkúnwó, ìfíkún

incubation [inkiubeisọn] *n* ìsàba

incurable [inkiuorebl] *adj* àìseéwòsàn

indecent [indisent] *adj* àìbójúmu

independence [indipendens] *n* òmìnira

index [indẹks] *n* atọ́ka

indigestion [indijessọn] *n* àìdà-ońje

industry [indọstri] *n* ìsẹ́ òwò ìsẹ̀dá

infant [infant] *n* ọmọ-ọwọ́

infection [infẹkṣọn] *n* àkóràn, àjàkálẹ̀
infer [infaa] *v* fàyọ
inference [infẹrens] *n* òye àfàyọ
inferior [infiriọ] *adj* àìkúnjú-ìwọ̀n
infestation [infẹsteisọn] *n* ìrọ́lù
infiltrate [infiltreit] *v* yọ́wọ̀
inflammable [infleimeibl] *adj* alẹ̀gbiná
inflate [infleit] *v* fẹ́, bùlé
inflation [infleisọn] *n* ìsárégòkè-owó-ojà
information [infọmeisọn] *n* ìkéde; ọ̀rọ̀
infrastructure [infrastrọkcọ] *n* ìhun ìpìlẹ̀
infringement [infrinjment] *n* ìtẹ̀lójú
infusion [infiuzhọn] *n* àgbo
inheritance [inhẹritens] *n* ogún
inhibition [inhibiṣọn] *n* ìdálọ́wọ́kọ́
injunction [injọnkṣọn] *n* àṣẹ
injury [injọri] *n* ìpanilára
injustice [injọstis] *n* ìrẹ́nijẹ
innocence [inọsens] *n* àìlẹ́sẹ̀, àìmọwọ́mẹsẹ̀
innovation [inoveisọn] *n* àrà tuntun
inoculation [inokiuleisọn] *n* nọ́nba, abẹ́rẹ́ àjẹsára
input [input] *n* àmúwọlé

inquiry [inkwaiari] *n* ìwádìí
insert [insaat] *v* fihá, fibọ̀
insight [insait] *n* ọ̀yẹ̀là
insoluble [insọlubl] *adj* alèyòrò
insolvency [insolvensi] *n* àìlésangbèsè
inspection [inspẹksọn] *n* ìbẹ̀wò
inspector [inspẹktọ] *n* olùbẹ̀wò
installation [instaleisọn] *n* ìfísípò
instinct [instinkt] *n* kẹ́sẹ́ àbímọ́
institution [instituṣọn] *n* àṣà; ilé-ẹ̀kọ́
instruction [instrọksọn] *n* ìkọ́nilẹ́kọ̀ọ́
instrument [instrument] *n* ohun èlò
insulator [insuleitọ] *n* insulétò
insurance [insuọrens] *n* ìǹṣọ́ráǹsì
insurrection [insọrẹksọn] *n* ìrúkèrúdò
integrate [intagreit] *v* papọ̀, dàpọ̀
integrity [intẹgriti] *n* ìṣọ̀kan
intellect [intẹlẹkt] *n* ọ̀yẹ
intelligence [intẹlijens] *n* làákàyè
interference [intafiarens] *n* àṣáwọ̀
intermediary [intamidiari] *n* alárinà
intermediate [intamidieit] *adj* ààrin
internal [intanal] *adj* abẹ́lé

international [intanaṣọnal] *adj* àgbáyé

interpret [intaprit] *v* túmọ̀, funnítumọ̀, sọ̀gbufọ̀

interpreter [intaprita] *n* ògbifọ̀, ògbufọ̀

interrogation [intarogeiṣọn] *n* ìbéèrè

interview [intaviu] *n* ìfọ̀rọ̀wánilénuwò, tafíú

intuition [intuiṣọn] *n* òye-inú

invent [invent] *v* ṣẹ̀dá

invention [invenṣọn] *n* ìṣẹdá

inversion [invaaṣọn] *n* ìpààrọ̀-ipò

invert [invaat] *v* pààrọ̀ ipò fún

investigation [investigeiṣọn] *n* ìwádìí, ìtopinpin

investment [investment] *n* owó-okoòwò, ìdókòwò

investor [investọ] *n* adókòwò

invisible [invisibl] *adj* àìrí, afarsin

invocation [invokeiṣọn] *n* apè

invoice [invois] *n* ínfọ́ìsì

iron [aiọn] *n* irin

irreversible [irivaasibl] *adj* àìṣeéyípadà

irrigation [irigeiṣọn] *n* ìbomirinlẹ̀

Islam [islam] *n* èsìn mùsùlùmí

isolate [aisoleit] *v* yà sọ́tọ̀

isolation [aisoleişọn] *n* dídáwà, iyàsọ́tọ̀

J

jam [jam] *v* jáàmù
janitor [janitọ] *n* janítọ̀
January [januari] *n* jánúárì
jaundice [jọndis] *n* ibàpọ́njú
jest [jẹst] *n* àwàdà
jester [jẹsta] *n* aláwàdà
jetty [jẹti] *n* èbútè
jigger [jiga] *n* jìgá
jihad [jihad] *n* jìháàdì
job [jọb] *n* iṣẹ́
join [jọin] *v* bá, sopọ̀
joke [jouk] *n* àwàdà
joke [jouk] *v* ṣàwàdà
journal [jọọnal] *n* jónà
journey [jọọni] *n* àjò
judge [jọj] *v* dájọ́

judge [jọj] *n* adájọ́
judgment [jọjment] *n* ìdájọ́
July [julai] *n* júláì
June [jun] *n* jǔùnù
jurisdiction [jurisdikṣọn] *n* agbára lábẹ́ òfin
justice [jọstis] *n* òdodo

K

kaolin [kaolin] *n* ẹfunlẹ̀

kernel [kẹẹnẹl] *n* èkùrọ́, kókó

key [kii] *n* kọ́kọ́rọ́

kidney [kidni] *n* kíndínrìn

kill [kil] *v* pa

kilo [kilo] *n* kílò

kilogram [kilogram] *n* kílógíráàmù

kin [kin] *n* ẹbí

kindergarten [kindagaatin] *n* ilé-ẹ̀kọ jẹ́léósinmi

kindred [kindrid] *n* ìbàtan

kite [kait] *n* àṣá

knock [nọk] *v* kàn, lù

kola [kola] *n* obì

kwashiorkor [kwasiọkọ] *n* òkè-ilẹ̀

L

label [leíbẹl] *n* aṣàmì
labor [leibọ] *n* iṣẹ́, ìrọbi
laboratory [laboretri] *n* láàbù
lagoon [lagun] *n* ọ̀sà
lake [leik] *n* omi adágún
lame [leim] *n* amúkùn-ún
lament [lament] *v* ṣògbérè
lament [lament] *n* orin arò
lamp [lamp] *n* fìtílà
land [land] *v* gúnlẹ̀
land [land] *n* ilẹ̀
landlord [landlọọd] *n* onílé
landscape [landskeip] *n* àyíká
language [languej] *n* èdè, ẹdá-èdè
lantern [lantan] *n* lántà
larceny [laasni] *n* olè-Jíjà

large [laaaj] *adj* títóbi, ńlá
larva [laava] *n* ekùkù
lash [laṣ] *n* ìlagbà, pàṣán
last [last] *v* pẹ́
last [last] *adj* ìkẹ́hìn
late [leit] *adj* pẹ́; olóògbé
latent [leitent] *adj* afarasin
latitude [latitud] *n* látítíudì
law [lọọ] *n* òfin
lazy [leizi] *adj* ọ̀lẹ
lead [liid] *v* ṣíwájú
lead [lẹd] *n* òjé
leader [lida] *n* aṣíwájú, amọ̀nà
leaf [liif] *n* ewé
leak [liik] *v* jò
leap [liip] *v* bẹ́
learn [laan] *v* kọ́, kẹ́kọ̀ọ́
lease [liis] *v* yálò
lease [liis] *n* ìyálò
leather [lẹdha] *n* awọ
lecture [lẹkcọ] *n* ìdánìlékọ̀ọ́
left [lẹft] *n* òsì
leg [lẹg] *n* esẹ̀

legacy [lẹgẹsi] *n* ogún

legend [lẹjẹnd] *n* ìtàn kàyééfì

legible [lẹjibl] *adj* aṣeékà

legislate [lẹjisleit] *v* ṣòfin

legislation [lẹjisleiṣọn] *n* iṣòfin

legislative [lẹjisleitiv] *n* ìgbìmò aṣòfin

legislator [lẹjisleitọ] *n* aṣòfin

legitimate [lẹjitimet] *adj* abófinmu

leisure [lẹizhọ] *n* ọwọdilè

lemon [lẹmọn] *n* òrònbó

lend [lẹnd] *v* yá, wín

length [lẹnth] *n* gígùn

lens [lẹns] *n* awò

leprosy [lẹprosi] *n* ètè

lesson [lẹsin] *n* iṣẹ́ ijókòó kan, ẹkò

letter [lẹta] *n* létà

lettuce [lẹtis] *n* yánrin

levy [lẹvi] *n* èbùwó

lexicon [lẹksikọn] *n* àká-òrò

liability [laiabiliti] *n* ìdúrófún, gbèsè

liar [laia] *n* òpùrọ́, elékèé

libation [laibeiṣọn] *n* ìta-nǹkan-sílè

liberate [libreit] *v* dá sílè

liberty [libati] *n* òmìnira

library [laibrari] *n* ilé ìkàwé

lice [lais] *n* iná-orí

license [laisens] *n* àǹfàní, láńsésì

lick [lik] *v* lá

lid [lid] *n* ìdérí, omorí

lie [lai] *n* iró; paró

life [laif] *n* ayé, ìgbé-ayé

lift [lift] *v* gbé-sókè

light [lait] *n* ìmólè

like [laik] *v* pé, féràn

liken [laikn] *v* fi wé

limit [limit] *v* pààlà; ààlà, òpin

line [lain] *n* ilà

lineage [linej] *n* ìran, ììlé

linger [linga] *v* lóra

lingua franca [lingua franka] *n* èdè àjùmòlò

linguist [linguist] *n* onímò-èdá-èdè

linguistics [linguistiks] *n* ìmò-èdá-èdè, lìngúísííkì

link [link] *v* sopò

lion [laion] *n* kìnìún

lip [lip] *n* ètè

liquefy [likwifai] *v* yọ́

liquid [likwid] *adj* olómi

liquidation [likwideiṣọn] *n* ìkógbáòwòsilé

list [list] *n* kàjọ, àkàjọ

liter [lita] *n* lítà

literacy [litiresi] *n* ìmọ̀ọ́nkọmọ̀ọ́nkà

literate [litreit] *adj* amọ̀ọ́nkọmọ̀ọ́nkà

literature [litrecọ] *n* lítíréṣọ

live [laiv] *n* yè, wà

liver [liva] *n* èdọ̀ki

livestock [laivstọk] *n* eran-ọ̀sìn

lizard [lizad] *n* aláńgbá

load [loud] *n* ẹrù

loan [loun] *n* ohun ìfiyáni

lobster [lọbsta] *n* ọ̀kàṣà

locality [lọkaliti] *n* ipò, àgbègbè

locate [lokeit] *v* fisípò

lock [lọk] *v* tì

lock [lọk] *n* àgádágodo

locust [lọkọst] *n* esú

logic [lojik] *n* ìrògún

long [lọng] *adj* gùn, pẹ́, jìnnà

longevity [lọnjẹviti] *n* ẹmí-gígùn
look [luk] *v* wò
look [luk] *n* ojú
loom [lum] *n* òfì
lord [lọọd] *n* olúwa
lord [lọọd] *v* tẹ gàba lórí
lose [lus] *v* sọnù, pàdánù
loss [lọs] *n* àdánù
lotion [lọsọn] *n* ìpara
lottery [lọtri] *n* tẹ́tẹ́
louse [laus] *n* iná-orí, iná-aṣọ
love [lọv] *v* fẹ́, fẹ́ràn
love [lọv] *n* ìfẹ́
low [lou] *adj* rẹlẹ̀
lower [loua] *v* rẹ̀ sílẹ̀
loyalty [lọyalti] *n* ìṣòdodosí
lubricant [lubrikant] *n* amẹ́rọyọ̀
luck [lọk] *n* orí-ire
luggage [lọgeij] *n* ẹrù
lullaby [lọlabai] *n* orin-ìrẹmọ
lumbago [lọmbego] *n* làkúrẹgbé
lunacy [luneisi] *n* wèrè

lunatic [lunatik] *n* aṣiwèrè
lung [lọng] *n* èdòforo
lure [lọọ] *v* tàn, dẹ

M

machination [makineṣọn] *n* àrékérekè

machine [maṣin] *n* èrọ

mad [mad] *n* asínwín, aṣiwèrè

Madam [madam] *adj* ìyáàfin

magazine [magazin] *n* magasín

maggot [magọt] *n* ìdin

magic [majik] *n* idán

magician [majiṣiẹn] *n* onídán, apídan

magistrate [majistreit] *n* adájọ́

magnate [magneit] *n* olówó, ọlọ́rọ̀

magnet [magnẹt] *n* òǹfà

magnifier [magnifaia] *n* amóhuntóbi

magnify [magnifai] *v* gbéga

magnitude [magnitud] *n* títóbi

mahogany [mahogani] *n* gẹdú, òmọ̀

maid [meid] *n* wúndíá

mail [meil] *n* létà

maim [meim] *v* pa lára

main [mein] *adj* pàtàkì

maintain [meintein] *v* tójú

maintenance [meintnens] *n* ìtójú

maize [meiz] *n* àgbàdo

majestic [majẹstik] *adj* alólá

majesty [majẹsti] *n* ọlá

Majesty (his, her) [majẹsti] *n* kábíyèsí

major [meijọ] *adj* pàtàkì, títóbi

major [meijọ] *n* ògágun

majority [mejọriti] *n* mejọritì

make [meik] *v* ṣe, dá

malady [maladi] *n* àrùn, àìsàn

malaria [maleria] *n* ibà

male [meil] *adj* akọ

malediction [malẹdiksọn] *n* èpè

malefactor [malifaktọ] *n* arúfin

malpractice [malpraktis] *n* ìwà ìbàjé

maltreatment [maltritment] *n* ìwọsí

man [man] *n* ènìyàn; ọkùnrin

manage [maneij] *v* ṣàkóso

manager [maneija] *n* aṣàkóso, máníjà

mandate [mandeit] *n* àṣẹ, òfin
mandate [mandeit] *v* pàṣẹ
mandatory [mandeitri] *adj* kànńpá
mango [mango] *n* máńgòrò
maniac [maniak] *n* asínwín
manifest [manifẹst] *v* fihàn, han
manifestation [manifẹsteṣọn] *n* ìfihàn
manifold [manifould] *adj* oníruru
manioc [maniọk] *n* pákí, ègẹ́
manpower [manpaua] *n* agbára iye-oṣiṣẹ́
manure [maniuọ] *n* ajílẹ̀
map [map] *n* máàpù
mar [maa] *v* bàjẹ́
margin [maajin] *n* etí, ègbẹ̀
marijuana [marihuana] *n* igbó
marine [mariin] *n* ajẹmọ́-òkun
mark [maak] *n* àmì
market [maakẹt] *n* ọjà
marketing [maakẹtin] *n* ìtajà; èkọ́-ìtajà
marriage [mariej] *n* ìgbéyàwó
marrow [marou] *n* mùdùnmúdùn
marsh [maaṣ] *n* ẹrẹ̀, ẹrọ̀fọ̀
Marxism [maaksism] *n* ìfojú-máàsì-wò

mash [maṣ] *v* rún

mask [mask] *n* gàrétà, ìbojú, òtònpòrò

mason [meisn] *n* ọmọ̀lé

mass [maas] *n* ìṣù

mass [maas] *v* ṣù, sùpọ̀

mass media [masmidia] *n* àwọn ibi-iṣẹ́ ìròyìn

master [masta] *n* olórí, ọ̀gá, olúwa

mastery [mastri] *n* ìborí, ìṣẹ́gun

masticate [mastiket] *v* rún

mat [mat] *n* ẹní

match [mac] *v* bámu

mathematician [mathimatiṣian] *n* onímọ̀-matimátíìkì

mathematics [mathimatiks] *n* matimátíìkì

matrilineal [matrilinial] *adj* ajẹmọ́-ìdí-ìyá

matrimony [matrimọni] *n* ìgbéyàwó

matter [mata] *n* ọ̀rọ̀, ọ̀ràn

mattress [matrẹs] *n* tìmìtìmì

mature [macọọl] *adj* dàgbà, pọ́n

maxim [maksim] *n* òwe

maximum [maksimọm] *n* adégóńgó

May [mei] *n* Mèè

maybe [maibii] *adv* bóyá

me [mii] *pron* èmi, mi

meager [miga] *adj* fọn, gbẹ, rù

mean [miin] *v* rò, jásí

mean [miin] *n* aròpín

meaning [minin] *n* ìtúmọ̀

means [minz] *n* ọ̀nà

measles [mizlz] *n* eeyi

measure [mẹzhọ] *v* wọ̀n

measure [mẹzhọ] *n* ìwọ̀n

measurement [mẹzhọment] *n* wíwọ̀n, ìwọ̀n

meat [miit] *n* ẹran

mechanic [mẹkanik] *n* mọ́kálíìkì

mechanize [mẹkanaiz] *v* sọdafẹ̀rọsẹ

median [midian] *adj* aláàárin

mediate [midieit] *v* ṣalárinà

mediation [midieiṣọn] *n* àrinà

mediator [midieitọ] *n* alárinà

medicine [mẹdsin] *n* òògùn

meditate [mẹditeit] *v* ronú, sàsàrò

medium [midiọm] *n* ọnà-ìgbàṣe

meet [miit] *v* pàdé

meeting [miitin] *n* ìpàdé
mellow [melou] *adj* pọ́n, gbọ́, dẹ̀
melon [melọn] *n* bàrà
melt [melt] *v* yọ́
member [menba] *n* èyà ara, ọmọ egbẹ́
membership [menbasip] *n* ìjẹ́-ọmọ-egbẹ́
memorandum [memorandọm] *n* mémò
memorial [memorial] *n* afiṣèrántí
memorization [memoraizeṣọn] *n* ìkọ́sórí
memorize [memoraiz] *v* kọ́ sórí
memory [memọry] *n* iyè-inú
menace [menas] *v* dẹ̀rùbà
menace [menas] *n* ìdẹ̀rùbà, ìyọlẹ́nu
mend [mend] *v* túnṣe
mercury [maakuri] *n* makúrì
mercy [maasi] *n* àánú
merge [maaj] *v* wọnú
merit [merit] *n* ìtọ́sí
merriment [meriment] *n* ayọ̀, ìdárayá
mess [meṣ] *n* rúdurùdu
message [meṣej] *n* iṣẹ́, òye-ọ̀rọ̀
messenger [meṣenja] *n* ìranṣẹ́
metal [metal] *n* irin, métà

metaphor [mẹtafọọ] *n* àfiwé
methodology [mẹthọdọloji] *n* ọgbọ́n-ìkọ́ni
mica [maika] *n* ìdànǹdán
microfilm [maikrofilm] *n* fíîmù-oníkàáкò
microscope [maikrọskọp] *n* mííкósíкóòbù
middleman [midlman] *n* aláròóbọ̀
might [mait] *n* agbára, ipá
mighty [maiti] *adj* alágbára
military [militri] *n* ológun, ṣọ́jà
milk [milk] *n* wàrà
millet [milit] *n* ọкà bàbà
mimic [mimik] *v* sínjẹ
mind [maind] *n* iyè, inú
mind [maind] *v* fiyèsí, náàní
mineral [miniral] *n* кùsà
minimum [minimọm] *n* ókérétán
minister [minista] *n* mínísítà
mint [mint] *n* efírín
minute [minit] *n* ìṣẹ́jú
mirror [mirọ] *n* digi
mischief [miscif] *n* ibi, ìwà ikà
mischievous [miscivọs] *adj* ìкà
misdeed [misdiid] *n* ìwà búburú

miser [maiza] *n* awun

miserable [misrebl] *adj* òtòṣì, aláìní

mishap [miṣap] *n* jàǹbá, àjálù

Miss [mis] *n* omidan

miss [mis] *n* tàsé

missile [misọl] *n* ohun-ìjà jíjù

mix [miks] *v* pò

mobility [mọbiliti] *n* ìlèṣípòpadà

mobilization [mọbilaizeṣọn] *n* ìlànà ìtanijí

mock [mọk] *v* fi ṣèrín

mode [moud] *n* ìwà, ìṣe

model [mọdel] *n* àpẹrẹ, àwòkóṣe

modern [mọdarn] *adj* òde-òní

molest [molest] *v* yọ lénu

molestation [mọlesteṣọn] *n* ìyọlénú

moment [moment] *n* akókò

monarchy [mọnaaki] *n* ìjọba ajẹmọ́ba

Monday [mọndei] *n* Móndè

monetary [mọnitri] *adj* ajẹmówó

money [mọni] *n* owó

monitor [mọnitọ] *n* mónítọ̀

monopoly [monọpọli] *n* ìnìkànjọpón

month [mọnth] *n* oṣù

moon [muun] *n* òṣùpá
moral [moral] *n* ìwà ẹ̀tọ́
morning [mọọnin] *n* àárọ̀, òwúrọ̀
mortal [mọọtal] *adj* alékú
mortar [mọọta] *n* odó
Moslem [mọslim] *n* mùsùlùmí, ìmàle
mosque [mọsk] *n* mọ́sáláásí
mosquito [mọskito] *n* ẹ̀fọn, yànmùyánmú
mother [mọdha] *n* ìyá
motivate [mọtiveit] *v* móríyá
motivation [mọtivesọn] *n* ìmóríyá, okùnfà
motor [mọtọ] *n* mọ́tò
mound [maund] *n* òkitì, ebè
mount [maunt] *v* gùn, gòkè
mountain [mountn] *n* òkè
mourn [mọọn] *v* káàánú
mustache [mọstac] *n* irunmú
mouth [mauth] *n* ẹnu
movable [muvebl] *adj* alègbé
move [muv] *v* rìn, sún, gbé
movement [muvment] *n* iṣipòpadà
mow [mou] *v* gé
much [mọc] *adv* púpọ̀

mule [miul] *n* ìbaaka

multiplication [mọltiplikeṣọn] *n* ìsọdipúpọ̀

multiply [mọltiplai] *v* sọdipúpọ̀

mumble [mọnbl] *v* kùn sínú

murder [mọọda] *v* pànìyàn

murder [mọọda] *n* ìpànìyàn

murderer [mọọdara] *n* apànìyan

murmur [mọọmọọ] *v* ráhùn

muscle [mọsl] *n* ẹran ara

muse [mius] *v* sàṣàrò, ronú

mushroom [mọsrum] *n* olú

music [miuzik] *n* mísíìkì, tìlùtìfọn

musician [miuziṣian] *n* ọnílù

musicology [miusikọlọji] *n* ẹ̀kọ́ mísíìkì

mutiny [miutini] *n* ọ̀tẹ̀

my [mai] *adj* temi, mi

myopia [maiopia] *n* àìlèríranrókèèrè

mystery [mistri] *n* ohun àdììtú

myth [mith] *n* ìtàn ìwáṣẹ̀

N

nail [neil] *n* èékánná

narrate [nareti] *v* rò, sọ

narrator [nareitọ] *n* aròhìn

narrow [narou] *adj* há, híhá

natural [nacọral] *adj* adánidá

nature [neicọ] *n* èdá, ìwà

nausea [nọsia] *n* ìrìndò, èébì

near [nia] *adj* súnmọ́, nítòsí

necessary [nẹsẹsri] *adj* kòsémánìí

neck [nẹk] *n* ọrùn

need [nid] *n* àìní

need [nid] *v* nílò, fẹ́

needle [nidl] *n* abẹ́rẹ́

negate [nẹgeit] *v* yí sódì

negative [nẹgetiv] *adj* òdì

neglect [niglẹkt] *v* fifalè, sàìbìkítà

neglect [niglekt] *n* àìbìkítá, àìfiyèsí

negligence [neglijens] *n* àìfiyèsí, ìjáfara

negotiate [nigosiet] *v* sàdéhùn

neighbor [neibo] *n* aládùúgbò

neighborhood [neibohud] *n* àdúgbò, sàkání

nerve [naav] *n* isan

nest [nest] *n* ìtẹ́ ẹyẹ

net [net] *n* àwọn

network [netwok] *n* àtòpọ̀-àwọn

neurosis [niurosis] *n* ọdẹ-orí

neuter [niuta] *n* kò-sako-kò-sabo

neutral [niutral] *adj* adáwà

neutron [niutrọn] *n* nútírọ́ọ̀nù

never [neva] *adv* láí, láílái

nevertheless [nevadhiles] *adv* síbẹ̀

new [niu] *adj* titun

newspaper [niuzpeipa] *n* ìwé ìròyìn

newsprint [niuzprint] *n* ìwé-àfitẹ̀ròyìn

nice [nais] *adj* dáradára, dára, sunwọ̀n

nickel [nikl] *n* níkú

nip [nip] *v* rẹ́

no [nou] *adv* rárá, òtì

nobility [nobiliti] *n* òtọ́lá, ọlọ́la

noble [nobl] *adj* òtọ́la, ọlọ́lá, ajẹmọ́lá

noon [nun] *n* ọ̀sán

norm [noọm] *n* ìdiwọ̀n ìhùwà

north [nooth] *n* àríwá

nose [nouz] *n* imú

nostril [nostril] *n* ihò-imú

notice [notis] *n* ìfilọ̀, àkíyèsí

notice [notis] *v* sàkíyèsí

notion [nouşọn] *n* èrò

notoriety [notọraiati] *adj* òkìkí

noun [naun] *n* orúkọ

novel [novl] *n* ìwé ìtan àròsọ

novelty [novelti] *n* ọ̀tun

November [novẹmba] *n* Nòfẹ́nbà

novice [novis] *n* alákọ̀ọ́bẹ̀rẹ̀

now [nau] *adv* nísisiyí, wàyí

nucleus [nuklịọs] *n* odo, osó

nudity [nuditi] *n* ìhòhò

null [nọl] *adj* asòfo, òtúbántẹ̀

number [nọnba] *n* iye, nọ́nbà

nurse [noọs] *n* nọ́ọ̀sì

nursing [noọsin] *n* isẹ́-nọ́ọ̀sì, ẹ̀kọ́-nọ́ọ̀sì

nut [nọt] *n* èkùró

nutrition [nutrisọn] *n* ìfoúnjẹfára

nylon [nailọn] *n* náílóọnù, òrá

O

oak [ouk] *n* igi pọ́nhan
obedience [obidiens] *n* ìgbọ́ràn
obelisk [ọbẹlisk] *n* ọwọ̀n
obesity [ọbẹsiti] *n* àrùn àbẹ́nté
obey [obei] *v* gbọ́ràn
obituary [ọbituari] *n* ìtúfọ̀
object [ọbjẹkt] *n* èròngbà; ohun, ìdí
objectivity [ọbjẹktiviti] *n* àìṣègbè
obligation [ọbligeisọn] *n* ojúṣe, oore
obligatory [ọbligetri] *adj* kàn-ńpá,
  ọranyàn, pandandan
oblige [ọblaij] *v* pandandan
obliterate [[ọblitret] *v* parẹ́
oblivion [ọbliviọn] *n* ìgbàgbé
obscure [ọbskiua] *adj* farasin
obscurity [ọbskiuriti] *n* ìṣòkunkùn, ìfarasin
observance [ọbsẹrvans] *n* ìgbọ́ràn, ìkíyèsí

observation [ọbvsaveṣọn] *n* àwòfín

obstacle [ọbstekl] *n* ìdíwọ́, ìdènà

obstinacy [ọbstinesi] *n* agídí, oríkunkun

obstruct [ọbstrọkt] *v* kálọ́wọ́kọ́, dílọ́nà

obviate [ọbvieit] *v* yẹ̀

obvious [ọbviọs] *adj* hàn, àrùn ojú

occasion [okeizhọn] *n* àyè

occasional [okeizhọnl] *adj* ẹ̀ẹ̀kòòkan

occasionally [okezhọnali] *adv* lẹ́ẹ̀kòòkan

Occident [ọksident] *n* ìwọ̀oòrùn

occiput [ọksiput] *n* ìpàkọ́

occult [okọlt] *adj* aju-ìmọ̀-lásán-lọ

occupation [ọkiupeiṣọn] *n* iṣẹ́

occupy [ọkupai] *v* gbé, gbapò

occurrence [ọkọrens] *n* jíjeyọ

ocean [ousian] *n* òkun, àwòyó

October [ọktoba] *n* Ọ̀tóbà

odd [ọd] *adj* ọ̀kánó

offender [ọfẹnda] *n* ọ̀daràn

offer [ọfa] *v* fún

offering [ọfrin] *n* ẹbọ

offshoot [ọfṣut] *n* èka

oil [ọil] *n* epo

oint [ọint] *v* para

ointment [ọintment] *n* ìpara

okra [ọkrọ] *n* ilá

old [ould] *adj* gbó

omen [omen] *n* àmì

omission [ọmisọn] *n* àfo, ìfojúfò

omit [ọmit] *v* fò

once [wans] *adv* ẹ̀ẹ̀kan

one [wan] *n* ọ̀kan

onion [ọniọn] *n* àlùbọ́sà

onus [onọs] *n* iwọ̀, ẹrù

opaque [ọpak] *adj* aṣú

openly [openli] *adv* gedegbe, kedere

opera [ọpra] *n* eré-oníṣe-olórin

operate [ọpret] *v* ṣe, ṣiṣẹ́ abẹ

operation [ọpreiṣọn] *n* iṣẹ́-àkànṣe, iṣẹ́-abẹ

opinion [opinion] *n* èrò, ìmọ̀ràn

opponent [ọpọnent] *n* alátakò

opportunity [ọpọtuniti] *n* àyè, ọ̀nà

oppose [opous] *v* takò, lòdìsí

opposition [oposiṣọn] *n* àtakò, ìlòdòsí

oppress [ọprẹs] *v* réjẹ

oppression [ọprẹṣọn] *n* ìréjẹ

oppressor [opreọ] *n* arẹ́nijẹ

optimum [optimọm] *n* góngó

opulence [opulens] *n* ọrọ̀, ọlà

oracle [orekl] *n* òòṣà yẹ́nwò

oral [ọral] *adj* alóhun

orange [ọrenj] *adj* omi-ọsàn

orbit [ọọbit] *n* ipa

order [ọọda] *n* ètò, àṣẹ

order [ọọda] *v* tò, pàṣẹ, bẹ̀

orderliness [ọọdalinis] *n* ìlétò

orderly [ọọdali] *adj* alétò

ordinance [ọọdinans] *n* ìlànà, òfin

organ [ọọgan] *n* dùrù; ẹ̀yà-ara

organist [ọọganist] *n* atẹdùrù

organization [ọọganizeiṣọn] *n* ẹgbẹ́, ètò, àjọ

Orient [ọrient] *n* ìlàoòrùn, ìwọnran

orientation [ọọrienteṣọn] *n* ìkọrísí-èrò, ìfinimọ̀nà

orifice [ọrifis] *n* ẹnu, ojú

ornament [ọọnament] *n* ohun ọ̀ṣọ́

orphan [ọọfan] *n* ọmọ òrukàn

orthography [ọothografi] *n* àkọtọ

oscillate [ọsileit] *v* fìlaa

oscillation [ọsileṣọn] *n* ìfìlaa

outcast [autkast] *n* ẹni-ìtanu

outcome [autkọm] *n* ìyọrísí

outcry [autkrai] *n* igbe

outdo [autdu] *v* tayọ

outlaw [autlọ] *n* arúfin, kúrá

output [autput] *n* àmújáde

ovary [ovari] *n* àpò-ẹyin

over [ouva] *adv* lé, lórí

overcome [ovakọm] *v* ṣẹgun, borí

overdo [ovadu] *v* sàṣejù

overhaul [ovahọl] *v* pilẹ̀ túnṣe

overlapping [ovalapin] *n* ìsùnléra

overseas [ovasiis] *n* òkè-òkun

oversee [ovasii] *v* mójútó

overtake [ovateik] *v* yà

overthrow [ovathrow] *v* dànù

overwhelm [ovawẹlm] *v* bò mọ́lẹ̀

ovule [ovul] *n* ẹyin

owe [ou] *v* jẹ ní gbèsè

owl [aul] *n* òwìwí

own [oun] *v* ní
ox [ọks] *n* màlúù
oyster [ọista] *n* ìsáwùrú, ìsán

P

p.m. [piiẹm] *n* ọ̀sán, alẹ́, òru
P.T.O. [pii tii ou] *n* wòdì-kejì
pace [peis] *n* ìṣísẹ̀
pacify [pasifai] *v* tù
pack [pak] *v* palẹ̀mọ́, dirù
package [pakej] *n* ẹrù
pad [pad] *n* ọ̀ṣùká
paddle [padl] *v* wà, wakọ̀
padlock [padlọk] *n* àgádágodo
page [peij] *n* ojú-ewé, ojú-ìwé
pair [pẹa] *n* èjì
palace [pales] *n* ààfin
palatable [palatebl] *adj* aládùn
palate [palet] *n* àjà-ẹnu
palaver [palava] *n* ẹjọ́, àròyé
palm [paam] *n* àtẹ́lẹwọ́

palm tree [palm tri] *n* òpẹ̀

palm wine [palm wain] *n* ẹmu

palpitation [palpiteiṣọn] *n* ìlùkìkì-ọkàn

pamphlet [pamflit] *n* ìwé pẹlẹbẹ

pancreas [pankrias] *n* àmọ́

panel [panẹl] *n* ìkọ

panic [panik] *n* ìdágìrì, ìpayà

parabola [parabola] *n* pàrábọlà

parade [pared] *n* pàréèdì

paradox [paradọks] *n* ijọrọ́sòótọ́

paraffin [parafọm] *n* barafín

paragraph [paragarf] *n* ìpín afọ̀

parallel [paralẹl] *n* mákora

parallelogram [paralẹlogram] *n* paraló

paralyze [paralaiz] *v* ká lọ́wọ kò

parameter [paramita] *n* àbùdá àmúṣòdiwọ̀n

parasite [parasait] *n* àfòmọ́

parastatal [parasteital] *n* afẹ̀gbẹ́gantìjọba

pardon [paadn] *v* dáríjì

parliament [paaliament] *n* ìgbìmọ̀-aṣòfìn

part [paat] *n* ara, apá

partiality [paaṣialiti] *n* ẹ̀gbè

participant [patisipant] *n* akópa
participate [patisipet] *v* kópa
participation [patisipeiṣọn] *n* ìkópa
particle [paatikl] *n* èrún
particular [patikula] *adj* pàtó
partnership [paatnaṣip] *n* ìjùmọdowópọ̀
partridge [patrij] *n* àparò
party [paati] *n* ẹgbé
passage [pasej] *n* àyọkà
passage [pasej] *n* òpónà
past [past] *n* ojóun, àná
paste [peist] *n* ìpẹ̀tẹ̀
paste [peist] *v* lẹ̀
pastime [pastaim] *n* kówọ́mádilẹ̀
pastor [pasta] *n* àlùfáà
patch [pastọ] *v* lẹ̀
pathetic [patheẹtik] *adj* anúnikẹdùn
pathology [pathọloji] *n* amì àrùn ara
patient [peiṣent] *n* onísùúrù; aláìsàn
patronage [petronej] *n* àtìléyìn
pattern [patan] *n* bátànì
pauper [pọpa] *n* tálákà
pause [pọs] *n* ìdúró

pause [pɔs] *v* dúró, simi

pawn [pɔn] *n* ìwòfà

peace [piis] *n* àlàáfíà

pear [pia] *n* píà

pearl [pial] *n* ìlèkè

peasant [ɛzant] *n* àgbè

pebble [pɛbl] *n* òkúta wéwé

peck [pɛk] *n* sá

peculiar [pekulia] *adj* òtò

pedal [pɛdl] *n* pédà

peddler [pɛdla] *n* akíritajà

peel [piil] *n* èèpo

peel [piil] *v* bó

peer [pia] *n* ojúgbà

pejorative [pejoretiv] *adj* abunikù

penal [pɛnal] *adj* afìyàjeni

penalty [pɛnalti] *n* ìjìyà

pendulum [pɛndolom] *n* afìlaa

penetrate [pɛntret] *v* wonú

pension [pɛnson] *n* owó-ìfèyìntì

penury [pɛnuri] *n* ìsé

people [pipl] *n* ènìyàn

pepper [pɛpe] *n* ata

pepsin [pẹpsin] *n* pẹpsín
per se [paa sii] *adv* gan-an, fúnra-ẹ̀
perceive [pasiiv] *v* rí, wòye
percent [paasent] *n* àgbélógórùn-ún
perception [paasẹpsọn] *n* ìwòye
perch [pẹẹc] *v* bà
perennial [pẹrẹnial] *adj* ayídúnpo
perfect [paafẹkt] *adj* pípẹ
perform [paafọọm] *v* ṣe, ṣeré
performance [paafọọmans] *n* iṣesí, ìṣèré;
  ìṣe, ìmúṣe
peril [pẹril] *n* ewu
perimeter [perimita] *n* àyíká
period [piriọd] *n* ìgbà
periodic [piriọdik] *adj* àtìgbàdẹgbà
permanent [paamanent] *adj* àìlèyrpadà
permeate [paamiet] *v* wọ́lára já
permissive [paamisiv] *adj* agbòjẹ̀gẹ́
perpendicular [paapendikula] *adj*
  awàlóòró
perpetual [paapitual] *adj* ayérayé, abére
persist [pasist] *v* forítì
persistence [pasistens] *n* ìforítì

personnel [paasoneḷ] *n* àwọn òṣìṣẹ́

perspiration [paspireiṣọn] *n* òógùn

perspire [paspaia] *v* làágun

pervert [pavaat] *v* bàjẹ́

pesticide [pẹstisaid] *n* oògùn apakòkòrò ajẹnirun

pestle [pẹsl] *n* ọmọrí-odó

petrol [pẹtrol] *n* bẹtiróò

pharaoh [farao] *n* fáráò

pharmacist [faamesist] *n* apòògùn

pharmacy [faamesi] *n* ilẹ-ìtà-oògun; ìmọ̀-ajẹmọ́-oògun

pharynx [farinks] *n* ọ̀fun

phase [feis] *n* ìpele

phenomenon [fenọminọn] *n* ohun-àdámọ̀

phenotype [fẹnotaip] *n* àbùdá-aseédámọ̀

philosophy [filọsọfi] *n* ìmọ̀ èrò ijìnlẹ̀

phone [foun] *n* fóònù

phone [foun] *v* tẹ̀ láago

phonetics [fonẹtiks] *n* ìmọ̀ fònétííkì

phosphate [fọsfet] *n* fọsíféétì

phosphor [fọsfọ] *n* fọsífọ̀

physician [fisiṣian] *n* onísẹ̀gùn

physicist [fisisist] *n* onímò-físíìsì
physics [fisiks] *n* físíìsì
picture [pikcọ] *n* àwòrán
piece [piis] *n* ìdá, èlà
pigment [pigment] *n* àwọ̀ ara
pile [pail] *v* kójọ
pill [pil] *n* oògùn oníhóró
pillage [pilej] *n* ìkó, ìkógun
pillage [pilej] *v* kó
pilot [pailọt] *n* atukọ̀
pine [pain] *n* igi ahóyaya
pioneer [paiọnia] *n* aṣáájú, aṣípa
pipe [paip] *n* kòkòtábà
pipeline [paiplain] *n* ojúnà-páípù
pistil [pistil] *n* òpó-abo
pistol [pistọl] *n* ìbọn
piston [pistn] *n* písítìn
pitfall [pitfọl] *n* ọ̀fìn
pity [piti] *n* àánú
plagiarism [plejiarism] *n* ìjíwèédàko
plague [pleig] *n* àjàkálè̩ àrùn
plain [plein] *adj* òbòró
plain [plein] *n* pè̩té̩lè̩

plaintiff [plentiif] *n* olùpẹ̀jọ́

plait [pleit] *v* hun

plan [plan] *n* èto

plan [plan] *v* sẹ̀tò

plane [plein] *n* bàlúù, pẹrẹsẹ

planet [planet] *n* ìràwọ̀ ayòòrùnká

planning [planin] *n* ìfètòsí, ìsẹ̀tò

plant [plant] *n* ewéko

plantain [plantein] *n* ọ̀gẹ̀dẹ̀ àgbagbà

plateau [pletou] *n* òkè atẹjúpẹrẹsẹ

platform [platọọm] *n* pẹpẹ

player [pleia] *n* eléré

plead [pliid] *v* bẹ̀, sìpẹ̀

pleasure [plẹzhọ] *n* inú dídùn

plenitude [plẹnitud] *n* ẹ̀kún

plenty [plenti] *adj* ọ̀pọ̀, púpọ̀

plot [plọt] *n* ẹgé-ilẹ̀; ọ̀tẹ

plough [pau] *v* túlẹ̀-oko

plough [plau] *n* ohun-ìtúlẹ̀

pluck [plọk] *v* já, ká

plumber [plọma] *n* pulọ́nbà

plural [plural] *n, adj* ọ̀pọ̀

pluvial [pluvial] *adj* ajẹmọ́-òjò

pneumonia [niumonia] *n* òtútù-àyà
pocket [pọkit] *n* àpò
poem [poẹm] *n* ewì
poet [poẹt] *n* akéwì
point [pọint] *n* ògangan
policy [pọlisi] *n* ìlànà
politics [pọlitiks] *n* ìṣèlú
poll [pọl] *n* orí
pollen [pọlẹn] *n* àtíkè-ìmúlóyun-weéko
pollute [pọlut] *v* tọrósí
pollution [poluṣọn] *n* ìtọrósí
polygamy [poligami] *n* ìkóbìnrinjọ
polygon [pọligọn] *n* ọlópò-igun
pond [pọnd] *n* ògòdò, adágun-omi
pool [puul] *n* àtùjọ, tétẹ́
popcorn [pọpkorn] *n* gúgúrú
population [pọpiuleṣọn] *n* iye-ènìyàn
porcelain [pọọslen] *n* tánńganran
porch [pọọc] *n* ìloro
porcupine [pọọkupain] *n* òòrè̩
porous [pọrọs] *adj* alèfamimu
port [pọọt] *n* èbúté
portable [pọọtebl] *adj* aṣeégbéká

porter [pọọta] *n* aláàárù; olùṣọ́nà

portion [pọọṣọn] *n* apá, ìpín

portrait [pọọtreit] *n* àwòrán

portray [pọọtrei] *v* yàwòrán

position [posiṣọn] *n* ipò

post [poust] *n* ibi-iṣẹ́; òpó

post office [poust ọfis] *n* posọ́fíìsì

potash [pọtaṣ] *n* kán-ún

potassium [pọtasiọm] *n* pòtásíọ̀

potato [poteito] *n* ànàmá, kúkúndùkú

potency [pọtensi] *n* ìlágbára

poultry [pọltri] *n* òsìn-eyẹ

pound [paund] *n* owó pọ́n-ùn

powder [pauda] *n* ẹbu; àtíkè

power [pauwa] *n* agbára

practice [praktis] *n* ìṣedánwò, ìṣìṣẹ́

praxis [praksis] *n* àṣà

preacher [prica] *n* oníwáàsí, oníwàásù

preamble [priambl] *n* iṣíde

precaution [prikọṣọn] *n* ìkójàánu

precept [prisept] *n* ẹ̀kọ́

precise [prisais] *adj* aṣerẹgí

precision [prisizhọn] *n* ìṣerẹ́gí

preference [prɛfrɛns] *n* ìbápé
prejudice [prɛjudis] *n* ìfìmọ̀tẹ́lẹ̀sẹ̀gbéewọ̀n
preliminary [priliminari] *n* ìgbésẹ̀-ìṣáájú
premium [primiọm] *n* abala ìdá-owó
preparation [prɛpreisọn] *n* ìmúrasílẹ̀
prepare [pripɛa] *v* múra, palẹ̀mọ́
prescription [priskripsọn] *n* ìyànfúnni
present [prɛzent] *n* ìwòyí, wà
presentation [prɛzentesọn] *n* ìgbékalẹ̀
preservation [prisaaveisọn] *n* ìpamọ́; ìmútọ́
preservative [prizaavetiv] *n* amóhuntọ́
preserve [prisaav] *v* pamọ́
preside [prisaid] *v* ṣàkóso
president [prɛsident] *n* olórí, alága, ààrẹ
press [prɛs] *n* àwọn oníṣẹ́-ìròyìn; ẹ̀rọ ìtẹ̀wé
pressure [prɛṣọ] *n* ìrọ́lù
prestige [prɛstij] *n* iyì
pretext [pritekst] *n* ìkẹ́wọ́
pretty [priti] *adj* dára
prevail [priveil] *v* borí
prevention [privensọn] *n* ìdènà
preventive [priventiv] *adj* adènà

price [prais] *n* iye, iye-owó

price [prais] *v* díyelé

pride [praid] *n* ìgberaga

priest [prist] *n* babalórìṣà, àwòrò, àlùfáà

priestess [pristes] *n* ìyálórìṣà

prince [prins] *n* ọmọ-ọba

principal [prinsipal] *adj* pàtàkì

principal [prinsipal] *n* ojú-òwóyàá

print [print] *v* tẹ̀

printer [printa] *n* atẹ̀wé

printing [printin] *n* ìtẹ̀wé

prism [prism] *n* písìmù

prison [prisn] *n* ilé-ẹ̀wọ̀n

prisoner [prisna] *n* ẹlẹ́wọ̀n

privacy [praivisi] *n* ìwà-ní-ìkọ̀kọ̀

privilege [privilẹj] *n* ànfààní

pro rata [proreta] *n* ìṣenìjẹ

probability [prọbabiliti] *n* ìlèsẹlẹ̀

procedure [prosidiọ] *n* ìgbésẹ̀

proceed [prosiid] *v* ǹṣọ́, tẹ̀ síwájú

proceeding [prosidin] *n* ìròyìn ìpàdé

process [prọsẹs] *n* ìgbésẹ̀

procession [prọsẹsọn] *n* ìwọ́de

proclaim [prolkeim] *v* kéde
prodigal [prodigal] *adj* onínàákúnàá
prodigality [prodigaliti] *n* ìnákúnàá
produce [produs] *n* ohun-aṣejáde
produce [produs] *v* ṣe, ṣe jáde
profession [profeṣon] *n* iṣẹ́ kòlórogún
professor [profeṣo] *n* òjògbón
profile [profail] *n* àwòrán-ojú
profit [profit] *n* èrè
profit [profit] *v* jèrè
profound [profaund] *adj* jinlẹ̀
program [program] *n* ìlànà
progress [progrẹs] *n* ìlọsíwájú
prohibition [prohibiṣon] *n* ìfòfindènà
project [projekt] *n* iṣẹ́-àkànṣe
proletariat [prolitariat] *n* mẹkúnnù
proliferate [prolifret] *v* tàn kalẹ̀
proliferation [prolifireṣon] *n* ìdipúpọ̀,
  ìtànkalẹ̀
promotion [promouṣon] *n* ìgbéga
proof [pruf] *n* èrí
propaganda [propaganda] *n* àwíká
property [propati] *n* àbùdá, ohun ìní

prophecy [profisi] *n* ìsọtẹ́lẹ̀
prophet [profẹt] *n* wòlíì
propitiate [propiṣiet] *v* tù
propose [propous] *v* dábàá
proposition [propozìṣọn] *n* àbá
prosperity [prọsperiti] *n* àlàáfíà
protection [protẹkṣọn] *n* ààbò
protein [protein] *n* potéènì
protest [prọtest] *n* ìfìhónúhàn
psychology [saikọloji] *n* saikọ́lọ́jì
puberty [piubati] *n* ìbàlágà
public [pọblik] *n, adj* gbangba
publicity [pọblisiti] *n* ìkéde, ìpolongo
publisher [pọbliṣa] *n* àtẹ̀wétà
punish [pọniṣ] *v* fìyà jẹ
punishment [pọniṣment] *n* ìfìyàjẹni, ìyà
purchase [pọọces] *v* rà
pure [piua] *adj* ògidì, pọ́nńbélé
purify [piurifai] *v* fọ̀mọ́, sọdògidì
purpose [pọọpọs] *n* èrèdí
pyramid [piramid] *n* pírámì

Q

quadrangle [kwadrangl] *n* igunmẹ́rin
quail [kweil] *n* àparò
quake [kweik] *v* gbòn, mì
qualify [kwalifai] *v* lẹ́tọ́ọ́, yán
quality [kwaliti] *n* àwòmọ́
quantity [kwantiti] *n* iye, pípọ̀
quarrel [kwọrẹl] *n* ìjà, asọ̀
quarter [kwọta] *n* ìdámẹ́rin
quay [kei] *n* èbúté
queen [kwin] *n* ọbabìnrin
quell [kwẹl] *v* tẹ̀ mọ́lẹ̀
quench [kwenc] *v* pa, pakú
query [kwẹri] *n* ìbéèrè, èrèdí
quiet [kwaiẹt] *adj* dákẹ́
quit [kwit] *v* lọ, fisílẹ̀

quiver [kwiva] *n* apó
quotation [kwoteiṣọn] *n* àyọlò
quotient [kwoṣent] *n* ìpín

R

race [reis] *n* èyà; eré ìje
racial [reṣial] *adj* ajẹméyà
racism [resizm] *n* ìmèyà
racist [resist] *n, adj* amèyà
radiation [redieiṣọn] *n* ìtànṣán
radiator [redietọ] *n* radiétò
radio-active [redioaktiv] *adj* ayọ̀tànṣán
radius [rediọs] *n* rédíọ̀sì
rag [rag] *n* àkísà
rage [reij] *n* ìrunú, ìhónú
raid [reid] *v* gbógun tì
raid [reid] *n* sùnmọ̀mí
rainbow [reinbou] *n* òṣùmàrè
raise [reis] *v* gbé sóke
rampart [rampaat] *n* odi
rancor [rankọ] *n* kèéta

random [randọm] *adj* àṣàmú
random [randọm] *n* ìsọ̀sàsà, àìlétò
rank [rank] *v* tò
rank [rank] *n* ètò, ipò
rapid [rapid] *adj* yára
rapidity [rapiditi] *n* ìyára
rapporteur [rapọọtiua] *n* ajábọ̀ àpérò
rare [rẹa] *adj* sòwọ́n
rate [reit] *n* réètì
rather [radha] *adv* kàkà, dípò
ratification [ratifikesọn] *n* ìfàsẹsí
ratify [ratifai] *v* fàsẹsí
ratio [rẹsio] *n* réṣiò
ravage [raveij] *v* parun
ravine [ravin] *n* ọ̀fìn
raw [rọọ] *adj* tútù
reach [riic] *v* tó, kàn
read [riid] *v* kà
reader [rida] *n* akàwé
ready [rẹdi] *adj* yá, ṣetán
real [rial] *adj* gidi, òdodo, ojúlówó
realism [rializm] *n* ìbáyému
reality [rialiti] *n* ododo

really [rili] *adv* pàtó

reap [riip] *v* ká, kórè

rear [ria] *n* èyìn

reason [rizin] *n* ìdí, èrèdí

rebate [ribeit] *n* èdínwó

rebel [rẹbl] *n* ọlọ́tẹ̀

rebuild [ribild] *v* túnkọ́

recall [rikọl] *v* rántí

recant [rikant] *v* sẹ́, kọ́ròjẹ

recapitulate [rikapitulet] *v* ṣàkótán

recapitulation [rikapitulẹṣọn] *n* àkótán

recede [risiis] *v* fà, fà séyìn

receipt [risit] *n* rìsíìtì

recent [risent] *adj* àìpẹ́

reception [risẹpṣọn] *n* gbígbà, ayẹyẹ

recess [risẹs] *n* ìsimi

recitation [rẹsitẹṣọn] *n* rírán, àrángbọ́

recite [risait] *v* rán

reckon [rẹkọn] *v* ṣírò, rò

reclaim [rikleim] *v* gbà padà

reclamation [rẹklamẹṣọn] *n* ìdápadasípò

recluse [rẹklus] *n* ẹlẹ́hàá

recognition [rɛkognisɔn] *n* ìdámọ̀,
ìkansáárásí

recollect [rikọlɛkt] *v* rántí

recompense [rikọmpens] *n* ẹ̀san, ẹ̀rẹ̀

recompense [rikọmpens] *v* san

reconciliation [rekọnsiliesɔn] *n* ìparííjà

recondition [rikọndsɔn] *n* túnsọdọ̀tun

reconsider [rikọnsida] *v* túnrò, dàrò

reconstruction [rikọnstrokṣọn] *n* ìtúnkọ́

record [rikọọd] *v* gbà sílẹ̀

record [rɛkod] *n* àkọsílẹ̀, àwo

recover [rikọva] *v* sàn

recreate [rikrieit] *v* túndá, sọjí

recreation [rikrieisọn] *n* ìdárayá

rectify [rɛktifai] *v* tún ṣe

rectitude [rɛktitud] *n* ìwà òdodo

recur [rikọọ] *v* túnyọ

recurrent [rikọrent] *adj* ajẹyọlátìgbàdégbà

recursive [rikọọsiv] *adj* aláyọtúnyọ

redeem [ridiim] *v* rà padà

redemption [ridempṣọn] *n* ìràpadà

redress [ridrɛs] *v* tún ṣe

reduce [ridus] *v* dín kù

reduction [ridọksọn] *n* ìdínkù

redundancy [ridọndansi] *n* ìléélè

redundant [ridọndant] *adj* léélè

reference [rẹfrens] *n* ìtọkasí

refinery [rifainri] *n* ìlé-isẹ́-ayọ́

reflect [riflẹkt] *v* gbàtàn

refrain [ifrein] *n* ègbè

refreshment [rifrẹsment] *n* ìpanu

refuge [refuj] *n* ààbò

refund [rifọnd] *v* san padà

refusal [rifusọl] *n* kíkò

refuse [rẹfius] *n* pàntírí

regard [rigaad] *v* kàkún

regenerate [rijẹniret] *v* túnbí

regeneration [rijẹnirẹsọn] *n* àtúnbí, atúndá ìsọdòtun

regent [rẹjent] *n* adelé-ọba

regime [rẹjiim] *n* sáà ìsàkóso

region [rijọn] *n* ẹkùn, ìpínlè

registrar [rẹjistra] *n* réjísírà

regression [rigrẹsọn] *n* ìfàsè

regular [rẹgula] *adj* déédéé

regularity [rẹgulariti] *n* ìsedéédéé

regulation [reguleson] *n* ìlànà, òfin

rehabilitation [riabiliteson] *n* ìmúpadàbọ́sípò

reification [reifikeson] *n* ìsọdohun

reify [reifai] *v* sọ dohun

reiterate [riitreit] *v* túnwí

reject [rijẹkt] *v* kọ̀, sátì

rejection [rijẹkson] *n* ìkọ̀sílẹ̀

relate [rilet] *v* ròyìn; tan

relation [rileson] *n* ìbátan

relative [reletiv] *adj* sírawọn

relax [rilaks] *v* dẹwọ́, farabalẹ̀

relaxation [rilakseson] *n* ìdẹ̀ra

reliable [rilaiebl] *adj* asẹ́ẹgbẹ́kẹlé

reliance [rilaians] *n* ìgbẹ́kẹlé

relief [riliif] *n* ìrànlọ́wọ́

relieve [riliiv] *v* ràn lọ́wọ́

reluctance [rilọktans] *n* ìfàtìkọ̀

rely [rilai] *v* gbẹ́kẹlé

remain [rimein] *v* kù

remainder [rimeinda] *n* ìyókù, èlé

remains [rimeinz] *n* òkú

remark [rimaak] *v* sàkíyèsí

remark [rimaak] *n* àkíyèsí

removal [rimuval] *n* ìyọkúrò

renown [rinaun] *n* òkìkí

rent [rent] *v* háyà, yá

rent [rent] *n* owó-ìyálò

rental [rentl] *n* owó ìyálò

repeat [ripiit] *v* túnwí

repent [ripent] *v* ronúpìwàdà

repetition [repetisọn] *n* àwítúnwí

replace [ripleis] *v* fi dípò, rọ́pò

replacement [ripleisment] *n* ìpààrò

reply [riplai] *v* dáhùn, fèsì

reply [riplai] *n* ìdáhùn, èsì

report [ripọọt] *n* ìròyìn, ìjábọ̀

report [ripọọt] *v* ròyìn, jábọ̀

reporter [ripọọta] *n* oníròyìn

represent [riprizent] *v* dúró fún

reserve [rizaav] *n* ohun asọlójò

reservoir [rizavuua] *n* adágún omi asọlójò

reside [rizaid] *v* gbé

residence [rẹzidens] *n* ibùgbé

residue [rẹzidiu] *n* ìṣẹ́kù

resin [rezin] *n* oje

resistance [rizistans] *n* ìtapá

resolution [rẹzoluṣọn] *n* ìpinnu, ìyanjú

resource [risọ́ọ́s] *n* ohun-àmúlò

respect [rispẹkt] *v* bọ̀wọ̀ fún, júbà

respire [rispaia] *v* mí

respond [rispọnd] *v* dáhùn, fèsì

respondent [rispondent] *n* ajéjọ́

response [rispọns] *n* ìdáhun, èsì

rest [rẹst] *v* sinmi

restaurant [rẹstorant] *n* ilé-ońjẹ

restoration [rẹstoreṣọn] *n* ìmúbọ́sípò

restrain [rẹstren] *v* dá lékun

restraint [ristraint] *n* òté

restriction [ristrikṣọn] *n* ìhámọ́

result [rizọlt] *n* àbọ̀, ìyọrísí

resume [rizium] *v* tún bẹ̀rẹ̀

retaliate [ritaliet] *v* gbẹ̀san

retaliation [ritalieiṣọn] *n* ìgbẹ̀san

retire [ritaia] *v* fẹ̀hìntì

return [ritọọn] *n* àbọ̀

reunion [riyuniọn] *n* àtúnpàdé

revenge [rivenj] *v* gbẹ̀san

reverence [rẹvrens] *n* ọ̀wọ̀

reverend [reྃvrend] *n* ẹni-ọ̀wọ̀

reverse [rivaas] *v* yípadà

reversible [rivaasibl] *adj* aṣeéyípadà

review [riviu] *v* túnwò, gbéyẹ̀wò

review [riviu] *n* àgbéyẹ̀wò

revision [rivizhọn] *n* àtúnṣe

revival [rivaival] *n* isọjí

revocation [rẹvokeṣọn] *n* ìparẹ́, ìgbégilẹ́

revolution [rẹvoluṣọn] *n* ìyípadà, ìyípo

revolve [rivọlv] *v* yíká

reward [riwọọd] *n* èrè, ẹ̀san

rheumatism [rumatizm] *n* làkúrègbé

rhyme [raim] *n* ráímù

rhythm [rizm] *n* ìwọ́hùn

rib [rib] *n* ẹfọ́nhà

rice [rais] *n* ìrẹsì

rich [ric] *adj* olówó

riddle [ridl] *n* àlọ́ àpamọ̀

ride [raod] *v* gùn, gẹsin

ridicule [ridikul] *n* yẹ̀yẹ́

rifle [raifl] *n* ìbọn

right [rait] *adj* tọ́, yẹ

right [rait] *n* ẹtọ́

rinse [rins] *v* sàn

riot [raiọt] *n* ìjà ìgboro

ripe [raip] *adj* pọ́n

rise [rais] *v* dìde

risk [risk] *n* ewu

rival [raival] *n* orogún

roar [roọ] *v* ké

rob [rọb] *v* jí, jalè

rock [rọk] *n* àpáta

rocket [rọket] *n* rọkẹ́ẹ̀tì

rod [rọd] *n* ọ̀pá

role [roul] *n* ipa

roll [rọl] *n* ẹ̀ká, róòlù

roof [ruf] *n* òrùlé

rope [roup] *n* okùn

rosary [rọzari] *n* tẹsùbáà

rotation [roteisọn] *n* ìyípo

rough [rọf] *adj* le, ságiṣàgi

rude [rud] *adj* aláríìfín

rudeness [rudnis] *n* àrífín

rule [rul] *n* òfin

ruler [rula] *n* rúlà

ruse [ruuz] *n* èrú, ògbọ́n àlùmọ̀kọ́rọyí

rust [rọst] *adj* dógùn-ún, dípẹtà

ruthless [ruthlẹs] *adj* ìkà

S

sack [sak] *n* àpò

sad [sad] *adj* fajúro, binújẹ́

safe [seif] *adj* àìléwu, afinilọ́kànbalẹ̀

safeguard [seifgaad] *v* dáàbòbò

safety [seifti] *n* àìléwu

sage [seij] *n* amòye, ọ̀mọ̀ràn

salary [salari] *n* owó-iṣẹ́

sale [seil] *n* ìtajà

salient [selient] *adj* tayọ

saliva [salaiva] *n* itọ́

salt [sọlt] *n* iyọ̀

salutation [saluteiṣọn] *n* ìkíni

salute [salut] *v* kí, kì

same [seim] *adj* ọ̀kan náà

sample [sampl] *n* àpẹẹrẹ-ohun; sáńbù

sanction [sanksọn] *n* òfin-ìfìyàjẹni

sanitation [saniteșǫn] *n* ìmọ́tótó

sank [sank] *v* rì

sap [sap] *v* fún mu

Satan [seitan] *n* Àsétánì

satellite [satelait] *n* sátẹ́láìtì

satire [sataia] *n* èfè

satisfaction [satisfakșǫn] *n* ìtẹ́lọ́rùn

satisfactory [satisfaktri] *adj* tẹ́rùn

satisfy [satisfai] *v* tẹ́lọ́rùn

sauce [sǫs] *n* ọbẹ̀

savage [saveij] *n* ẹhànnà, ìkà òǹrorò

savanna [savana] *n* òdàn

save [seiv] *v* gbà, fi pamọ́

savings [seivin] *n* ìfipamọ́

saw [sǫǫ] *n* ayùn

scabbard [skabad] *n* àkọ̀

scale [skeil] *n* ìpé

scales [skeils] *n* síkéèlì, síkéè, òṣùwọ̀n

scalp [skalp] *n* agbárí

scan [skan] *v* fojúwò gààrà

scandal [skandal] *n* àbùkù

scar [skaa] *n* àpá

scarce [skaas] *v* sòwọ́n

scarcity [skaasiti] *n* ọ̀wọ́n

scare [skẹa] *v* dẹ́rùbà

scenery [sinri] *n* àwòmọ́ran

scent [sent] *n* òórùn

schedule [sẹdul] *v* fẹtòsíṣẹ́

schedule [sẹdul] *n* ètò-iṣẹ́

scholar [skọla] *n* akẹ́kọ̀ọ́ ọ̀jọ̀gbọ́n

science [saiens] *n* sáyẹ́ńsì

scissors [sisọz] *n* àlùmọ́gàjí

scorn [skọọn] *n* ẹ̀gàn

scorn [skọọn] *v* kẹ́gan

scorpion [skọọpiọn] *n* àkeekèe

scramble [skrambl] *v* dù, jìjàdù

screen [skriin] *n* àtẹ agbàwòrántàn; ìbòjú

scribble [skribl] *v* hànńtúrú

scrutinize [skrutinaiz] *v* sàwòfín, tọpinpin

scrutiny [skrutini] *n* òfíntótó

sculptor [skọlptọ] *n* agbẹ́gilére

sea [sii] *n* òkun

search [saac] *n* ìwádìí

seashore [siiṣọọ] *n* etíkun

season [sizọn] *n* sáà, ọ̀tẹ̀

seat [siit] *n* ìjókòó, àga

secession [siseṣọn] *n* ìyalọ

seclude [siklud] *v* hámọ́

second [sẹkọnd] *n* èkejì; kẹkẹ

secrecy [sikrisi] *n* àṣírí

secret [sikrit] *n* àṣírí, bòókẹ́lẹ̀

secretary [sẹkritri] *n* àkọ̀wé

secretion [sikriṣọn] *n* ìjẹjádelára

sect [sẹkt] *n* èyà-èṣìn

section [sẹkṣọn] *n* èka, ìpín

security [sikiuọriti] *n* ìfọkànbalè; ohun afidógò

sedate [sidet] *adj* tútù

sediment [sẹdiment] *n* gèdègédè

sedition [sidiṣọn] *n* ìṣọ̀tèsíjọba

seek [siik] *v* wá, bèèrè

seem [siim] *v* dàbí, jọpé

segment [sẹgment] *v* gé; ègé

segmentation [sẹgmenteṣọn] *n* gígé

segregation [sẹgrigeṣọn] *n* ìmèyà, ìyàsọ́tò

seize [siiz] *v* mú, gbà

select [silẹkt] *v* yàn, ṣà

selection [silẹkṣọn] *n* àṣàyàn

self-help [sẹlf hẹlp] *n* iranra-ẹni lọ́wọ́

selfish [sẹlfiṣ] *adj* amọtaraẹni

selfishness [sẹlfiṣnis] *n* ìmọtaraẹninìkan

seller [sẹla] *n* òǹtà, òǹtajà

semen [simen] *n* àtọ̀

seminar [sẹminaa] *n* sẹ́mínà

senate [sẹnet] *n* sẹ́néètì

send [send] *v* rán

seniority [siniọriti] *n* ipò ní-sísèntẹ̀lé

sense [sens] *n* ọgbọ́n orí

sensibility [sensibiliti] *n* ìlógbọ́nlórí; ìmọra

sensible [sensibl] *n* gbọ́n

sensitivity [sensitiviti] *n* ìmọ̀lára

sentence [sentens] *n* gbólóhùn

sentiment [sentiment] *n* èrò

separation [sẹpreiṣọn] *n* ìyàsọ́tọ̀, ìpínyà

September [sẹptemba] *n* Sẹ̀tẹ́ńbà

sequence [sikwens] *n* sísèntẹ̀lé

serf [saaf] *n* asingbà

sergeant [saajent] *n* sájẹ̀ntì

serial [sirial] *adj* ajẹmọ́wọ̀ọ̀wọ́, àsínpọ̀

series [siiriiz] *n* òwọ̀ọ̀wọ́

serious [siriọs] *adj* gidi, wúwo

sermon [saamọn] *n* wáàsí, ìwàásù

serpent [saapent] *n* ejò

servant [saavant] *n* ìranṣẹ́, ọmọ-ọ̀dọ̀

serve [saav] *v* ṣe, sìn

service [saavis] *n* iṣẹ́, ìsìn

session [sẹsọn] *n* sáà

set [sẹt] *n* àkójọ, sẹ́ẹ̀tì

several [sevral] *adj* púpọ̀

sew [suu] *v* rán

sex [sẹks] *n* akọ-n-bábo

shackle [ṣakl] *n* ṣẹ́kẹ́ṣẹkẹ̀

share [ṣẹa] *v* pín

share [ṣẹa] *n* ìpín, ṣíà

shave [ṣeiv] *v* fárun, rárí

sheep [ṣiip] *n* àgùtàn

sheet [ṣiit] *n* aṣọ, ìwé

shell [ṣẹl] *n* ìkarawun

shelter [ṣẹlta] *v* dáàbòbò

shelter [ṣẹlta] *n* ibi-ìsásí, ààbò

shift [ṣift] *v* yí, ṣípòpadà

shilling [ṣilin] *n* ṣílè

shine [ṣain] *v* dán

shiny [ṣaini] *adj* dídán

ship [ṣip] *n* ọkọ̀

shirt [ṣaat] *n* èwù, ṣéètì

shiver [ṣiva] *v* gbòn

shock [ṣọk] *v* kọlù

shock [ṣọk] *n* ìyàlénu, kàyéfì

shoe [ṣuu] *n* bàtà

shop [ṣọp] *n* ṣọòbù

shore [ṣọọ] *n* etíkun, èbádò

short cut [ṣọọtkọt] *n* èbùrú

shortage [ṣọọtej] *n* òdá, àìnító

shoulder [ṣoulda] *n* èjìká

shout [ṣaut] *v* pariwo

show [ṣou] *v* fi hàn

shrimp [ṣrimp] *n* edé

shrine [ṣrain] *n* ojúbọ

shy [ṣai] *adj* olójútì

sibling [siblin] *n* ìbátan

sick [sik] *adj* aláìsàn

sickness [siknẹs] *n* àìsàn, àrùn

sign [sain] *n* àmì

sign [sain] *v* tọwọ́bọ̀wé

significance [signifikans] *n* láárí

significant [signifikant] *adj* ṣekókó, pàtàkì

signification [signifikeṣọn] *n* ìtumò

signify [signifai] *v* fi hàn, dúró fún

silence [sailens] *n* ìdákẹ́

silent [sailent] *adj* dákẹ́

silk [silk] *n* sẹ́dà, sílíìkì

silly [sili] *adj* gọ̀, ṣiwèrè

similar [simila] *adj* farajọra, jọra

similarity [similariti] *n* ìfarajọra, ìjọra

simple [simpl] *adj* rọrùn

simplify [simplifai] *v* ṣèyanjú

sin [sin] *n* ẹ̀sẹ̀

since [sins] *adv* láti

sincere [sinsia] *adj* aṣòótọ́, olódodo

sine qua non [sini kwa nọn] *n* kòṣéémáníì

sing [sing] *v* kọrin

singer [singa] *n* akọrin

sink [sink] *v* rì

sir [saa] *n* alàgbà, sà

situation [situeiṣọn] *n* àyè, ipò

six [siks] *n* ẹ̀fà

size [saiz] *n* ìwọ̀n, títóbi

skill [skil] *n* ìmọ̀, mímọ̀ọ́ṣe

skin [skin] *n* awọ, èèpo

skip [skip] *v* fò

skull [skọl] *n* agbárí

sky [skai] *n* ọ̀run, sánmà

slavery [sleivri] *n* òwò-ẹrú, oko-ẹrú

slim [slim] *adj* tẹ́ẹ́rẹ́

slip [slip] *v* tọ́

slipper [slipa] *n* sálúbàtà, sípáàsì

slow [slou] *adj* fà, pẹ́, falẹ̀

small [smọl] *adj* kékeré

smallpox [smọlpọks] *n* olóde, sànpànná

smile [smail] *v* rẹ́rìn-ín

smith [smith] *n* alágbẹ̀dẹ

smooth [smuth] *adj* dán, kúnná

smuggle [smọgl] *v* fàyàwọ́, yabodè

smuggler [smọgla] *n* anífàyàwọ́, ayabodè

snare [snẹa] *n* ìkẹ̀kùn

snatch [snac] *v* já, jágbà

snore [snọọ] *n* hanrun

snow [snou] *n* yìnyín

snuff [snọf] *n* aásáà

social [sọsial] *adj* ajẹmáwùjọ

socialism [sọsializm] *n* ètò alàjọnî

socialist [sọsialist] *adj* elétò alàjọnì

society [sousaiti] *n* àwùjọ, ẹgbẹ́

sociology [sosiọloji] *n* sosiọ́lọ́jì, ẹ̀kọ́ ìmọ̀àwùjọ

soda [souda] *n* sódà

soft [sọft] *adj* dè, rọ̀

soil [sọil] *n* erùpẹ̀, ilẹ̀

soldier [sọlja] *n* sójà

sole [soul] *n* àtẹ́lẹsẹ̀

solicit [sọlisit] *v* tọrọ, bẹ̀

solid [sọlid] *adj* le

solidify [sọlidifai] *v* dì

soliloquize [sọlilọkwaiz] *v* dásọ̀rọ̀

soliloquy [sọlilọki] *n* ọ̀rọ̀ anìkansọ

solo [solo] *n* orin àdákọ

soluble [solubl] *adj* alẹ̀yòrò

solution [solusọn] *n* ìyọrísí, omiyoro

solvent [sọlvent] *n* ayòrò

somersault [sọmasọlt] *v* òkìtì, ìtàkìtì

sometimes [sọmtaimz] *adv* nígbà mìíràn

somewhat [sọmwọt] *adv* díẹ̀, bákan

somewhere [sọmwẹa] *adv* níbì kan

son [sọn] *n* ọmọ

soon [suun] *adv* láìpẹ́

soothe [suuth] *v* tù

sorcerer [sọrsra] *n* oṣó

sore [sọọ] *n* egbò

sorrow [sọrou] *n* ìbànújẹ́

sort [sọọt] *n* irú

soul [soul] *n* ẹ̀mí, ọ́kàn

sound [saund] *n* ìró

space [speis] *n* òfurufú; àfo, àyè

spasm [spazm] *n* gìrì

special [spẹsial] *adj* àkànṣe, ọ̀tọ̀

specify [spẹsifai] *v* sọdọ̀tọ̀, yán

specimen [spfẹsimen] *n* àpẹẹre

spectacle [spẹktekl] *n* ìran

spectacles [spẹktekl] *n* awò

spectator [spẹktetọ] *n* òwòran

speculation [spẹkuleṣọn] *n* ìṣàròbájọ

speech [spic] *n* afọ̀

speed [spiid] *n* aré

speedometer [spidomita] *n* adíwọn-aré

spell [spẹl] *n* ìsàsí; sípélì

sperm [spaam] *n* àtọ̀

spider [spaida] *n* aláǹtakùn

spillage [spilej] *n* ìyalù

spine [spain] *n* ọ̀pá ẹ̀yìn, ògóóró

spiral [spairal] *n* alóbìírípo

spirit [spirit] *n* èmí, iwin, ẹbọra

sport [spọọt] *n* eré-ìdárayá

spring [spring] *n* ṣẹlẹrú

square [skwẹa] *n* súkúà

stability [stabiliti] *n* ìdúrósinsin

stabilizer [stabilaiza] *n* aṣàgbérò

staff [staf] *n* àwọn òṣìṣẹ

stage [steij] *n* ìtàgé

stain [stein] *n* àbàwọn

stainless [steinlẹs] *adj* àìlèdógùn-ún

stale [steil] *adj* dìkàsì

stalk [stọọk] *n* ìgbámú

stamina [stamina] *n* okun

stammer [stama] *v* kólòlò

stammerer [stamara] *n* akólòlò

standard [standaad] *adj* abọ́dé

standardization [standaadaizẹsọn] *n* ìfìdiwònsí

star [staa] *n* ìràwò

starch [staac] *n* táàsì

start [staat] *v* bẹ̀rẹ̀

state [steit] *n* ipò, ìpínlẹ̀, orílẹ̀

statement [steitment] *n* àlàyé, ọ̀rọ̀

statue [statiu] *n* ère

status [statọs] *n* ipò

status quo [stetọskwo] *n* bóṣewà

stay [stei] *v* dúró, dádúró

steam [stiim] *n* ooru

steel [stiil] *n* irin

stem [stem] *n* òpó, òpá

sterile [stẹrail] *adj* aláìlèpeyin

stick [stik] *v* rán

stigma [stigma] *n* àlèébù; ẹ̀mú-àtè

still [stil] *v* dúró jéẹ́

stimulant [stimulant] *n* amárayásí

stimulate [stimulet] *v* ta jí, gún ní kẹ́sẹ́

stimulation [stimulesọn] *n* ìgúnnníkẹ́sẹ́

stimulus [stimulọs] *n* ìtanijí

sting [sting] *n* ta

stock [stọk] *n* sítóọ̀kì

stocking [stọkin] *n* ìbòsẹ̀

stomach [somak] *n* ikùn, àpòlá

storm [stọọm] *n* ìjí

story [stọri] *n* ìtàn

strange [streinj] *adj* ṣàjèjì

stranger [streinja] *n* àjèjì, àlejò

stratification [stratifikeṣọn] *n* àtòléra-onípele

stream [striim] *n* akérémọdò

stress [streṣ] *n* ìpayà; ìtẹnumọ́

stress [streṣ] *v* tẹnumọ́

strike [straik] *n* ìdaṣẹ́sílẹ̀

stripe [straip] *n* ìlà

strive [straiv] *v* làkàkà

stroke [strouk] *n* àrùn rọwọ́rọsẹ̀

strong [strọng] *adj* lágbara, lera

structure [strọkcọ] *n* ètò, ìhun

struggle [strọgl] *v* jà, gbìyànjú

struggle [strọgl] *n* ìjà, ìgbìyànjú

stubborn [stọbọọn] *adj* alágidi, olọ́rí kunkun

stupid [stupid] *adj* gọ̀

stupidity [stupiditi] *n* agọ̀

style [stail] *n* ìṣọwọ́ṣe

subject [sọbjẹkt] *n* olúwa, kókó

subjective [sọbjẹktiv] *adj* aṣègbè

subjectivity [sọbjẹktiviti] *n* ìṣègbè

subscription [sọbskripsọn] *n* owó àsansílẹ̀ fọ́jà

subsequent [sọbsikwent] *adj* títẹ̀lé, ẹ̀hìn

subsidiary [sọbzidiari] *adj* amúgbálégbẹ̀ẹ̀

subsist [sọbzist] *v* wà

subsistence [sọbzistens] *n* ipò igbémìíró

substance [sọbstans] *n* ohun-ẹ̀dá

substitution [sọbstitusọn] *n* ìfirópò, ìrópò

subtract [sọbtrakt] *v* yọkúrò

subtraction [sọbtraksọn] *n* ìyọkúrò

succeed [sọksiid] *v* tẹ̀lé, yọrí

success [sọksẹs] *n* àsẹyọrí

succession [sọksẹsọn] *n* màkànmàkàn

sudden [sọdin] *adj* òjijì

sue [suu] *v* pèléjọ́

suffice [sọfais] *v* tó

sugar [sụga] *n* sụ́gà

sugarcane [sugakein] *n* ìrèké

suicide [suisaid] *n* sẹkúparaẹni

suit [swit] *v* bá mu, yẹ

sulphur [sọlfọọ] *n* imí-ojọ́

sum [sọm] *n* àròpò

summary [sọmari] *n* ìsọnísókí

summit [sọmit] *n* góǹgó
Sunday [sọnde] *n* sóǹdè
sunflower [sọnflaua] *n* abóòrùnyí
sunrise [sọnrais] *n* iyálẹ̀ta
sunset [sọnsẹt] *n* àṣáálẹ́
supervise [supavaiz] *v* bojútó
supplement [sọpliment] *v* fikún
supplement [sọpliment] *n* àfikún
supply [sọplai] *v* pèsè
supply [sọplai] *n* ìpèsè
sure [ṣuọ] *adj* dájú
surface [sọọfes] *n* ojú
surgery [sọọjri] *n* iṣẹ́-abẹ
surprise [sọọpraiz] *v* yà lẹ́nu, bá lójijì
surprise [sọọpraiz] *n* ìyàlẹ́nu, ìbálójijì
surround [sọraund] *v* yíká
survey [sọọvei] *n* ìwádìí; sọ̀féè
survey [sọọvei] *v* wádìí
survival [sọọvaival] *n* ìrùlà
suspect [sọspekt] *v* fura
suspend [sọspend] *v* sorò, patì
suspension [sọspensọn] *n* ìsorò
swamp [swamp] *n* àbàtà

swear [swẹa] *v* búra

sweet [swit] *adj* dídùn

swine [swain] *n* ẹlẹ́dẹ̀

switch [swic] *n* ẹ̀sí, súwíìsì

switch [swic] *v* yí; sí; pa

syllable [silebl] *n* sílébù

syllabus [silabọs] *n* ìlànà isẹ́

symbol [simbọl] *n* àrokò, àmì

symmetry [simẹtri] *n* ìdọ́gba

sympathize [simpathaiz] *v* bá kẹ́dùn

symposium [simposiọm] *n* erò ìjíròrò

symptom [simptọm] *n* àpẹẹrẹ, àmì

syndrome [sindrọm] *n* àpapọ̀ àmì àìsàn

synonym [sinonim] *n* ààrọ̀

synopsis [sinọpsis] *n* ìsọnísókí

synthetic [sinthẹtik] *adj* àtọwọ́dá

syphilis [sifilis] *n* sífíìli

system [sistẹm] *n* ètò, ìlànà

T

tact [takt] *n* ọgbọ́n, ọgbọ́n-àgbà

tag [tag] *n* lẹbẹ

tail [teil] *n* ìrù

taint [teint] *v* bàjẹ́

taint [teint] *n* àbùkù, abàwọ́n

take [teik] *v* gbà, mú

tale [teil] *n* ìtàn

talent [talent] *n* ẹ̀bùn

talk [tọọk] *v* sọ̀rọ̀

talk [tọọk] *n* ọ̀rọ̀

talkative [tọọkativ] *adj* aláròyé

tally [tali] *v* bámu

tally [tali] *n* tálì

tangerine [tanjarin] *n* tanja

tangible [tanjibl] *adj* àfojúrí

tangle [tangl] *n* kókó

tap [tap] *n* èrọ omi

tape [teip] *n* ẹrọ-gboùngboùn, téèpù

tar [taa] *n* òdà

target [taagẹt] *n* ìfojúsùn

tariff [tarif] *n* owó-orí; owó ibodè

tarpaulin [taapọlin] *n* tapolín

task [task] *n* iṣẹ́, ojúṣe

taste [teist] *v* tówò

taste [teist] *n* ojú-ọnà

tasty [teisti] *adj* dídùn, aládùn

tax [taks] *n* owó-òde

tea [tii] *n* tíì

teach [tiic] *v* kọ́

teacher [tiica] *n* olùkọ́, tíṣà

tear [tia] *n* omijé, ẹkún

technician [tẹkniṣian] *n* òṣìṣẹ́ onímọ̀-iṣẹ́-ọwọ́

technique [tẹkniik] *n* iṣẹ́-owọ́; ìmọ̀ọ́n-ṣe

technology [tẹknọloji] *n* ogbọ́n-àmúṣe

telecommunication [tẹlikomunikeṣọn] *n* ìfitẹ́lìbáni-sọ̀rọ̀

telegram [tẹligram] *n* wáyà

telephone [tẹlifon] *v* aago, fóònù

telescope [teliskoup] *n* télíkóòbù

television [telivizhọn] *n* telifísọn

telex [teleks] *n* téléèsì

tell [tel] *n* ní, wí, sọfún

temperament [temprament] *n* ìwà

temperature [tempreṣọ] *n* ìmóoru

tempest [tempest] *n* ìjì

temple [templ] *n* ìdetí, èbátí; ilé-èsìn

temporary [temporari] *adj* ná

tempt [tempt] *v* tàn, dánwò

temptation [tempteṣọn] *n* ètàn, ìdẹwò

tend [tend] *v* ṣọ́

tender [tenda] *adj* rò̩

tenderness [tendaneṣ] *n* ìkẹ́ra

tendon [tendọn] *n* iṣan

tense [tens] *n* àsìkò̩

tent [tent] *n* àgó̩

term [taam] *n* ò̩rò̩ ìperí

terminate [taaminet] *v* parí

termination [taamineṣọn] *n* ìfò̩pinsí

terminology [taaminọloji] *n* ò̩rò̩-ìperí

terminus [taaminọs] *n* òpin

termite [taamait] *n* ikán

terrify [tẹrifai] *v* bà lẹ́rù

territory [tẹritri] *n* ilẹ̀

terror [tẹrọ] *n* ẹ̀rùjẹ̀jẹ̀, ìpayà

test [tẹst] *v* dán wò, tẹ́ẹ̀sì

testament [tẹstament] *n* májẹ̀mù

testicle [tẹstikl] *n* ẹpọ̀n

testify [tẹstifai] *v* jẹ́rìí

tetanus [tẹtanọs] *n* àrùn ipá

text [tẹkst] *n* ọ̀rọ̀, àyọkà

textile [tẹkstail] *n* aṣọhíhun; aṣọ

thank [thank] *v* dúpẹ́

thatch [thac] *n* bẹẹrẹ

theater [thiata] *n* tiátà

theft [thẹft] *n* olè

them [thẹm] *pron* wọn

then [thẹn] *pron* nígbànáà, ǹjẹ́

thematic [thimatik] *adj* aṣekókó

theology [thiọlọji] *n* ìmọ̀ ìpilẹ̀-ẹ̀sìn

theory [thiọri] *n* tíórì

therapeutic [thẹrapiutik] *n* awoàmódi

therefore [thẹafọọ] *adv* nítorínáà

these [thiiz] *pron* ìwọnyí, wọnyí

thick [thik] *adj* nípọn, ki

thickness [thiknis] *n* kíki, ipọn
thief [thiiv] *v* jalè
thigh [thai] *n* itan
thin [thin] *adj* fẹ́lẹ́, fẹ́lẹ́fẹ́lẹ́
thirst [thaast] *n* òǹgbẹ
thread [thrẹd] *n* òwú
threat [thret] *n* ìdẹ́rùbà, ìkìlọ̀
thrive [thraiv] *v* gbèrú
throne [thron] *n* ìtẹ́
through [thru] *prep* já
thumb [thọmb] *n* àtàǹpàkò
thunder [thọnda] *n* àrá
thunderbolt [thọndabolt] *n* ẹdùn àrá
Thursday [thoozdei] *n* Tọ́sìdè
tick [tik] *n* eegbọn
tidy [taidi] *adj* fínjú
tier [tia] *n* ìpele
time-table [taimtebl] *n* àtẹ-àkókò-iṣẹ́
tin [tin] *n* tíìnì
tiny [taini] *adj* kékeré, kín-ń-kín
toad [toud] *n* ọ̀pọ̀lọ́
today [tudei] *n* òní
toe [tou] *n* ẹ̀kasẹ̀

toil [tọil] *n* làálàá

token [tokin] *n* ẹ̀rí, àmì

tone [toun] *n* ohùn

tongue [tọng] *n* ahọ́n

too [tuu] *adv* pẹ̀lú, náà

topic [tọpik] *n* kókó, ọ̀rọ̀

topple [tọpl] *v* ṣubú, gbé ṣubú

torchlight [tọọclait] *n* tọ́ọ̀sì

torment [tọọment] *n* ìyọlẹ́nu

tornado [tọọnedo] *n* ìjí

torrent [tọrent] *n* àgbàrá

tortoise [tọọtis] *n* ahun, ìjàpá

touch [tọc] *v* kàn, tọ

tough [tọf] *adj* le, yi

tour [tọọ] *n* ìrìn àjò

towel [tauwel] *n* táwẹ̀nù

town [taun] *n* ìlú

trace [treis] *n* àmì

track [trak] *n* ipa

tractor [traktọ] *n* katakata

trade [treid] *n* òwò

tradition [tradisọn] *n* ìṣẹ̀nbáyé

tragedy [trajẹdi] *n* ládojúdé

train [trein] *v* kọ́ nísẹ́

trainee [treinii] *n* ọmọ-ẹ̀kọ́ṣẹ́

transaction [tranzakṣọn] *n* àjọṣepọ̀

transcend [transend] *v* tayọ

transcribe [transkraib] *v* dà kọ

transcript [transkript] *n* àdàkọ

transcription [transkripṣọn] *n* àdàkọ, ìdàkọ

transfer [transfaa] *v* ṣí nípò, gbé lọ

transfer [transfaa] *n* ìṣípòpadà

transfigure [transfigọ] *v* pàwọ̀dà

transform [transfọọm] *v* sọdà, yídà

transistor [tranzistọ] *n* tànsítò

translation [transleṣọn] *n* ìṣògbufọ̀, ìtúmọ̀-edè

transmission [transmiṣọn] *n* ìtọwọ́dọ́wọ́

transpire [transpaia] *v* hàn, yọ

transport [transpọọt] *n* ìfọkòkó

transpose [transpouz] *v* ṣínípò, gbé kojá

trap [trap] *v* dẹkùn, dẹ

trap [trap] *n* tàkúté

travail [traval] *n* ìrọbi

travel [travl] *n* rìnrìn-àjò

treasure [tręzhọ] *n* iṣúra, àlùmọ́ní

treasurer [tręzhọra] *n* akápò

treaty [triti] *n* àdéhùn

trumpet [trọmpẹt] *n* kàkàkí

trench [trenc] *n* kòtò, yàrà

trespass [tręspas] *v* kojá àyè ẹni

trial [traial] *n* ìgbéjọ́, ìjéjọ́

triangle [traiangl] *n* igunmẹ́ta

tribunal [traibunal] *n* ilé-ẹjọ́

tributary [tribiutri] *n* ọmọdò

tribute [tribiut] *n* iṣákọ́lẹ̀, ìbà

trick [trik] *v* tàn

trilogy [trilọji] *n* ẹ̀ta-òkò

trip [trip] *n* ìrìn-àjò

troop [trup] *n* ọmọ-ogun

tropic [trọpik] *n* ilẹ̀-olóoru

true [truu] *adj* òtítọ́

trumpeter [trọmpeta] *n* afunkàkàkí

truncate [trọnket] *v* gékúrú

trust [trọst] *v* gbẹ́kẹlé, fọkàntán

trust [trọst] *n* ìfọkàntán, ìgbẹ́kẹlé

trustee [trọstii] *n* onígbòwọ́

try [trai] *v* dánwò, gbìyànjú

tuber [tiuba] *n* iṣu

tuberculosis [tubakiulosis] *n* àrun jẹdòjẹdò

Tuesday [tuzde] *n* túsìdè

tuition [tuiṣọn] *n* ẹ̀kọ́

tumble [tọmbl] *n* ìkọsẹ̀

tumbler [tọmbla] *n* ife, tọ́mbìlà

turn [tọọn] *n* ìyí, ìgbà

turnover [tọọnova] *n* iwọléjáde-ọjà

turtle [tọọtl] *n* àdàbà; ahun

tusk [tọsk] *n* ehín erin

tutor [tiutọ] *n* olùkọ́

twice [twais] *adv* ẹ̀ẹmejì

twist [twist] *v* lópọ̀, ló

type [taip]] *n* irú, ẹ̀yà

type [taip] *v* tẹ̀wé

typical [tipikal] *adj* aṣojú

typist [taipist] *n* afẹ̀rọtẹ̀wé

U

ugly [ọgli] *adj* burẹ́wà

ultimate [ọltimet] *adj* ìkẹ́yìn

ultimately [ọltimetli] *adv* ìgbẹ̀yìngbẹ́yín

umbilical [ọmbilikal] *n* ajẹmọ́-ìwọ́

umbrage [ọmbrej] *n* òjìji

umbrella [ọmbrẹla] *n* aburadà

unauthorized [ọnọthọraizd] *adj* àìláṣẹ

unavoidable [ọnavọidebl] *adj* kósééyẹ̀

unawares [ọnawẹaz] *adv* bálábo

unbearable [ọnbiarebl] *adj* kojá ìfaradà

unbecoming [ọnbikọmin] *adj* àìtọ́, àìyẹ

unburden [ọnbọdn] *v* sọ̀

uncertain [ọnsaaten] *adj* àìdájú

uncertainty [ọnsaatenti] *n* àìdánilójú

uncivilized [ọnsivilaizd] *adj* àìṣọmọlúàbí

unclean [ọnkliin] *adj* rírí, àìmọ́

uncommon [ọnkọmọn] *adj* kòwọ́pọ̀

unconstitutional [ọnkọnstitusọnal] *adj* àìbófin-ìpilẹ̀-mu

undecided [ọndisaidid] *adj* asiyèméjì

undeniable [ọndinaiebl] *adj* dájúdájú

under [ọnda] *adj* lábẹ́

underground [ọndagraund] *n* abẹ́lẹ̀

understand [ọndastand] *v* yé, mọ̀

undertake [ọndateik] *v* dáwọ́lé

undo [ọndu] *v* tú

unemployed [ọnemplọid] *adj* aláìníṣẹ́

unemployment [ọnemploiment] *n* àìríṣẹ́ṣe

unending [ọnendin] *adj* aláìlópin

unequal [ọnikwọl] *adj* àìdọ́gba

uneven [ọnivn] *adj* àìdọ́gba

unexpected [ọnẹkspẹktẹd] *adj* àìròtẹ́lẹ̀

unfair [ọnfẹa] *adj* àìtọ́, àìṣedaadaa

unfasten [ọnfasn] *v* tú

ungrateful [ọngreitful] *adj* àìmoore

unhappy [ọnhapi] *adj* àìnínúdídùn

unhook [ọnhuk] *v* tú

unification [yunifikeṣọn] *n* ìsọdọ̀kan

uniform [yunifọọm] *n* aṣọ ẹgbẹ́jọdá

uniform [yunifọọm] *adj* abáradógba
unify [yunifai] *v* sọdòkan
unilateral [yunilatral] *adj* àdáṣe
union [yuniọn] *n* iṣòkan
unique [yunik] *adj* ọ̀tọ̀, ọ̀tọ̀lórìn
unit [yunit] *n* ẹyọ, òdiwọ̀n, ìdá
unite [yunait] *v* so pọ̀
unknown [ọnnoun] *adj* àìmọ̀
unless [ọnlẹs] *conj* àfi
unmarked [ọnmaakt] *adj* aláìlámì
unopposed [ọnopouzd] *adj* àìlátakò
unreliable [ọnrilaiebl] *adj* àì ṣéégbékẹlé
unrest [ọnrẹst] *n* àìbalèara, ìrúkèrúdò
unripe [ọnraip] *adj* àìpọ́n, àìdẹ̀
unsuitable [ọnsuitebl] *adj* àìyẹ
unsuspicious [ọnsọspiṣiọs] *adj* àìfura
untie [ọntai] *v* tú
until [ọntil] *conj* títí
unwrap [ọnrap] *v* tú
up [ọp] *adj* sókè, lórí
upkeep [ọpkip] *n* ìtójú
upright [ọprait] *adj* olóòótọ́
uproar [ọprọọ] *n* ariwo

upset [ɔpsẹt] *v* dàrú
uranium [yureniọm] *n* yuréníọ̀
urbanization [ọọbanaizẹsọn] *n* ìsọdìlúọ̀làjú
urea [yuria] *n* yùríà
urge [ọọj] *n* bẹ̀, rọ̀
usage [yuseij] *n* ìlò
use [yuuz] *n* lò
useful [yuzful] *adj* wúlò
useless [yuzlẹs] *adj* àìwúlò
utensil [yutensil] *n* ohun-èlò
uterus [yutirọs] *n* ilé-ọmọ
utility [yutiliti] *n* ìwúlò
utilize [yutilaiz] *v* lò
utopia [yutopia] *n* àlá ìgbé-ayé-mèremère
utter [ọta] *adj* sọ, wí
utterance [ọtrans] *n* ìsọ

V

vacancy [veikansi] *n* àfo

vacant [veikant] *adj* ṣòfo

vacation [veikeṣon] *n* ìsinmi

vaccinate [vaksinet] *v* kọ nọnba

vaccination [vaksineṣon] *n* ìkọnọnba, ìgba-àjẹsára

vaccine [vaksin] *n* nọñba, abẹrẹ àjẹsára

vacuum [vakiuọm] *n* ìṣòfo, àfo

vagabond [vagbọnd] *n* alárìnkiri

vague [veig] *adj* ṣàìnítumọ̀-pàtó

vain [vein] *adj* asán, gbéraga

valet [valẹt] *n* ọmọ-ọ̀dọ̀

valiant [veliant] *adj* akọni

valid [valid] *adj* tọ̀nà

validity [validiti] *n* títọ̀nà, ìtọ̀nà

valley [vali] *n* àfonífojì, odò

valor [valọ] *n* ìgbóya

valuable [valiuebl] *adj* aníyelórí

valuation [valueṣọn] *n* ìdíyelé

vanguard [vangaad] *n* asípa

vanity [vaniti] *n* asán, ìgbéraga

vanquish [vankwiṣ] *v* ṣégun

vantage [vantej] *n* àǹfààní

vapor [veipọ] *n* ooru

variable [variebl] *n* alèyà, alèyípadà

variety [veraiti] *n* irúfẹ́, ìjóniruru

various [veriọs] *adj* orísiírísìí

vary [veri] *v* yèdà

vegetable [vejitebl] *n* ewéko, ewébè, ẹ̀fọ́

vegetarian [vejiterian] *n* ajẹ-ohun-ọ̀gbìn-
nìkan

vegetation [vejiteṣọn] *n* èéhù orí-ilè

vehemence [viimẹns] *n* agbára, ìtẹnumọ́

veil [veil] *v* fibò

veil [veil] *n* ìbojú

vein [vein] *n* ọ̀pójẹ̀-àbọ̀

velocity [velọsiti] *n* ìsaré, ìyára

velvet [velvit] *n* àrán

vend [vend] *v* tajà

vendetta [vendẹta] *n* ìránró

vendor [vendọ] *n* òǹtà

vengeance [venjens] *n* èsan

venison [vẹnisọn] *n* ẹran igbé

venom [vẹnọm] *n* iwọ, oró

venture [vencọ] *n* ìdáwọ́lé

veracity [vẹrasiti] *n* òtítọ́

verandah [vẹranda] *n* òdèdè

verb [vaab] *n* òrò-ise

verifiable [vẹrifaiebl] *adj* aseéwádìí

verify [vẹrifai] *v* wádìí òkodoro, jẹ́rìísí

veritable [vẹritebl] *adj* gidi

verity [vẹriti] *n* òtítọ́

verse [vaas] *n* ewì

version [vaazhọn] *n* orísìí-èdè

vertebra [vaatibra] *n* òpá-èyìn

vertex [vẹrtẹks] *n* ṣóńṣó

vertical [vaatikal] *adj* òòró

vessel [vẹsẹl] *n* ohun èlọ, ọkọ̀ ojú omi

veterinarian [vẹterinerian] *n* dókítà ohun-òsìn

veto [vito] *v* ìgbésèlé

vibrate [vaibret] *v* gbòn

vibration [vaibresọn] *n* ìgbònrìrì

vicinity [visiniti] *n* àgbègbè

vicissitude [visisitud] *n* òbìrí ayé

victim [viktim] *n* afaragbabi

victimization [viktimaizeṣọn] *n* iṣeníbi

victimize [viktimaiz] *v* ṣe níbi

victory [viktri] *n* iṣẹ́gun, ìborí

video [vidio] *n* fídíò

view [viu] *n* èrò

view [viu] *v* wò

vigil [vijil] *n* àìsun

village [vilej] *n* abúlé

villain [vilẹn] *n* aṣebi

villainy [vilẹni] *n* ìṣebi

vindicate [vindikeit] *v* dáláre

vindication [vindikeiṣọn] *n* ìdáláre

vine [vain] *n* àjàrà

violate [vaiolet] *v* rú

violence [vaiolens] *n* ipá

violin [vaiolin] *n* gòòjé

virtue [vaatiu] *n* ìwà-ọmọlúàbí

virulent [virulent] *adj* alóró, gbóná, ṣakin

virus [vairọs] *n* fáróọ̀sì

visa [viza] *n* físà

visage [visej] *n* ojú

visible [vizibl] *adj* aṣeérí, híhàn, àfojúrí

vision [vizhọn] *n* ìran, ìríran; ìfojú-inú-wòréré

visit [visit] *v* àbẹ̀wò

visit [vizit] *n* késí

visitation [vizitẹṣọn] *n* ìbẹ̀wòṣèwádìí

visual [vizhual] *n* aláfojúrí, ajẹmọ́-ojú

vitiate [viṣiet] *v* bàjẹ́

vocabulary [vokabiulari] *n* ọ̀rọ̀-èdè

vocal [voukal] *adj* ajẹmóhùn

vocation [vokẹṣọn] *n* ìpè

vogue [voug] *n* àṣà

volume [vọlium] *n* ìnínú, fọ́lúùmù

vote [vout] *v* dìbò

vow [vau] *n* èjẹ́, ìbúra

vow [vau] *v* jẹ́jẹ̀ẹ́

vowel [vauẹl] *n* fáwẹ̀lì

voyage [vọyej] *n* ìrìn-àjò

vulcanize [vọlkanaiz] *v* lẹ̀

vulcanizer [vọlkanaiza] *n* alẹróbà, fọkanáísà

W

wage [weij] *n* owó-ọ̀yà
waggle [wagl] *v* mì, fì
waist [weist] *n* ìbàdí
wait [weit] *v* dúró
waiter [weita] *n* agbáwo
waive [weiv] *v* kọ̀, yẹ̀
wake [weik] *v* jí
want [wọnt] *v* fẹ́
ware [wẹa] *n* ọjà
warfare [wọọfẹa] *n* ogun jíjà
warm [wọọm] *adj* gbóná, lọ́wọ́ọ́
warmth [wọọmth] *n* ìtara
warning [wọọnin] *n* ìkìlọ̀
warrant [wọrant] *n* ìwé-àṣẹ
waste [weist] *v* fi ṣòfò
waste [weist] *n* àdánù

watchman [wọcman] *n* èṣọ́, ọdẹ

water [wọta] *n* omi

wax [waks] *n* ìda

we [wii] *pron* a, àwa

weak [wiik] *adj* aláìlera, dẹ̀

weakness [wiknis] *n* àìlágbára, àlèébù

wealthy [wẹldhi] *adj* ọlọ́rọ̀

wean [wiin] *v* wé

weapon [wẹpọn] *n* ohun-ìjà

wear [wẹa] *v* wọ̀

weariness [wẹarinis] *n* agara, àárẹ̀

weather [wẹdha] *n* ojú-ọjó

weaver [wiva] *n* ahunṣọ

web [wẹb] *n* ìhun

wed [wẹd] *v* gbéyawo, ṣeìgbéyàwó

wedge [wẹj] *n* èèkàn

Wednesday [wẹnẹsde] *n* Wésìdéè

weekly [wikli] *adv* ọ̀sọ̀ọ̀sẹ̀

weep [wiip] *v* sunkún

weigh [wei] *v* wọ̀n

weight [weit] *n* wíwúwò

welcome [wẹlkọm] *n* ìkínikáàbọ̀, káàbọ̀

weld [wẹld] *v* jó-irin

welfare [wẹlfẹa] *n* aláàfià, idẹ̀rùn-àwùjọ

well [wẹl] *adv* dára, dáradára

well [wẹl] *n* kànga

west [wẹst] *n* ìwọ̀-oòrùn

wet [wẹt] *adj* tutù, fomi fọ́n

wharf [waaf] *n* èbúté

what [wọt] *pron* kí

whatever [wọtẹva] *pron* èyíkéyìí, èyíówù

wheat [wiit] *n* àlìkámà

wheel [wiil] *n* ẹsẹ̀-ọkọ̀

when [wẹn] *adv* nígbàtí; nígbàwo

whereabouts [wẹrabaut] *n* àdúgbò

which [wic] *pron* tí, èwo

whiskey [whiski] *n* wisikí

whisper [wispa] *n* ọ̀rọ̀ kẹ́lẹ́kẹ́lẹ́

whisper [wispa] *v* sọ̀fọ́fọ́, sọ̀rọ̀ kẹ́lẹ́kẹ́lẹ́

whitlow [witlou] *n* àkàndùn

why [wai] *adv* ìdí, nítoríkí ni

wicked [wiked] *adj* burú

wide [waid] *adj* gbòrò, fẹ̀

widow [widou] *n* opó

width [width] *n* fífẹ̀, ìbú

wife [waif] *n* aya

wild [waild] *adj* ìgbẹ́, igbó
wilderness [wildanis] *n* àginjù
wildlife [waildlaif] *n* ẹranko ìgbẹ́
will [wil] *n* ìfẹ́
win [win] *v* borí, jẹ
wind [wind] *n* atẹ́gùn
wine [wain] *n* wáínì
wing [wing] *n* apá
winter [winta] *n* ọyẹ́
wipe [waip] *v* nù, parẹ́
wiper [waipa] *n* anu-omi
wire [waia] *n* wáyà
wise [waiz] *adj* gbọ́n, mòye
wish [wiṣ] *n* ìfẹ, ẹwù
wish [wiṣ] *v* fẹ́
wit [wit] *n* ọgbọ́n
witch [wic] *n* àjẹ́
withdraw [widhdrọọ] *v* yọ, jáwọ́
without [widhaut] *prep* láìsí
witness [witnẹs] *n* èrí, ẹlẹ́ríí
witness [witnẹs] *v* jẹ́ríí, ṣojú
woe [wou] *n* ìbànújẹ́
wonder [wọnda] *n* ìyanu

wonderful [wǫndaful] *adj* ayanilẹ́nu

woodpecker [wudpẹka] *n* àkókó

wool [wul] *n* wúlì

workmanship [wǫǫkmanṣip] *n* ọgbọ́n iṣẹ́

workshop [wǫǫksọp] *n* ìbùdó-iṣẹ́; ìpàdé àkànṣe-iṣẹ́

world [wǫǫld] *n* ayé, àgbáyé

worm [wǫǫm] *n* aràn, kòkòrò

worry [wǫri] *n* agara, wàhálà

worry [wǫri] *v* ṣe wàhálà

wound [wund] *n* ọgbẹ́

wrestle [rẹsl] *v* jìjàkadì

wrinkle [rinkl] *n* ìhunjọ

wrist [rist] *n* ọrùn ọwọ

writ [rit] *n* ìwé-àṣẹ

writer [raita] *n* òǹkòwé

writing [raitin] *n* ìwé-kíkọ

wrong [rọng] *adj* jẹ̀bi, ṣìnà, ṣì

wrong [rọng] *v* àṣìṣe, ẹ̀bi

X

x [ẹks] *n* lágbájá, lóòlà

x-ray [ẹksrei] *n* fọ́tò inú-ara

xenophobe [zẹnọfoub] *n* àkóriíra-àjèjì

xenophobia [zẹnọfobia] *n* ìkóriíra-àjèjì

xerox [zirọks] *n* èdà-gbígbẹ

Y

yawn [yǫǫn] *v* yán
yaws [yǫǫz] *n* ògódó
yes [yes] *adv* ẹn
Yoruba [yoruba] *n* Yorùbá
you (emphatic) [yuu] *pron* èyin
you (object) [yuu] *pron* yín
you (sing) [yuu] *pron* o
you [yuu] *pron* ẹ
young [yǫng] *n* èwe, ọdó
your [yǫǫ] *adj* rẹ

Z

zero [ziro] *num* òdo

Also of interest . . .

**POPULAR NORTHERN SOTHO
DICTIONARY:
SOTHO-ENGLISH/ENGLISH-SOTHO**
T.J. Kriel
335 pages 4 3/8 x 5 3/8 $14.95pb
0-7818-0392-6 (64)

**VENDA DICTIONARY:
VENDA-ENGLISH**
N.J. Van Warmelo
490 pages 6 x 8 1/2 $39.95hc
0-7818-0393-4 (62)

**FULANI-ENGLISH
PRACTICAL DICTIONARY**
F.W. Taylor
264 pages 5 x 7 1/2 $14.95pb
0-7818-0404-3 (38)

HAUSA-ENGLISH/ENGLISH-HAUSA CONCISE DICTIONARY
Nicholas Awde
250 pages   4 x 6 $14.95pb   0-7818-0426-4

LINGALA DICTIONARY AND PHRASEBOOK
LINGALA-ENGLISH/ ENGLISH-LINGALA
Thomas Antwi-Akowuah
120 pages   3 3/4 x 7 $16.95pb
0-7818-0456-6   (296)

UNDERSTANDING EVERYDAY SESOTHO
98 PAGES   5 1/4 X 8 1/2 $16.95pb
0-7818-0305-5   (333)

TWI BASIC COURSE
225 pages   6 1/2 x 8 1/2 $16.95pb
0-7818-0394-2   (65)

ARABIC INTEREST TITLES AVAILABLE FROM HIPPOCRENE BOOKS

Arabic-English Dictionary
English-Arabic Dictionary
Each volume has approximately 15,000 entries and includes contemporary phrases.

A-E	0487	ISBN 0-7818-0153-2	$14.95pb
E-A	0519	ISBN 0-7818-0152-4	$14.95pb

Arabic-English/English-Arabic
Learner's Dictionary
Designed for the student, all Arabic words are listed in both the Arabic and Roman scripts. Each volume contains over 18,000 entries.

A-E	0033	ISBN 0-7818-0155-9	$24.95hc
E-A	0690	ISBN 0-87052-914-5	$16.95 pb

Arabic Grammar of the Written Language
While spoken Arabic varies in different
countries, the written language is the same. In
just 49 lessons this sterling text will provide the
student with a thorough reading knowledge of
Arabic as it will be encountered throughout the
Moslem world. Keys to all 49 exercises,
vocabulary lists, and indexes in both Arabic and
English are provided.

1026   ISBN 0-87052-101-2 $19.95pb

Arabic Handy Dictionary

This traveler's companion has a comprehensive English-Arabic section with all the words and phrases listed alphabetically according to the main word in the expression. It's simpler to use than a phrasebook because all the Arabic words and phrases you will meet in stores, on signs and menus, or hear as standard replies are conveniently arranged in subject areas to help you recognize and understand them when they occur.

The Arabic Handy Dictionary provides practical help with special sections in Arabic-English listed by subject—menu terms, schedules, hotels, streets, etc.—with essential notes on grammar and numbers.

0463   ISBN 0-87052-060-9 $8.95pb

English-Arabic Conversational Dictionary

This Romanized dictionary is useful in achieving proficiency in the spoken language. The manual contains both the Syrian and Egyptian dialects. Contains over 8,000 entries.

0093   ISBN 0-87052-494-1 $11.95pb

Mastering Arabic

This imaginative course, designed for both individual and classroom use, assumes no previous knowledge of the language. The unique combination of practical exercises and step-by-step grammar explaizes a functional approach to new scripts and their vocabularies. Everyday situations and local customs are explored through dialogue, newspaper extracts, drawings, and photos.

Also available is a set of two companion cassettes, totaling 120 minutes of instruction, which follows the lessons in the book and provides listening and pronunciation guidance. This set can be purchased separately or as a book & cassettes package.

0501	*ISBN 0-87052-922-6*	*$14.95pb*
0931	*ISBN 0-87052-984-6*	*$12.95cassettes*
0110	*ISBN 0-87052-984-6*	*$27.90pb &*
cassettes		

Arabic for Beginners
Contains concise grammar explanations in each chapter, followed by a vocabulary list and dozens of sentences with translations to reinforce the material. Also includes a "Guide to Arabic Writing," a special 17-page addendum.
0018   ISBN 0-7818-0114-1 $9.95pb

Saudi Arabic Basic Course
Reflecting a preference for "modern" words and structure, this guide will give the student working proficiency in the language to satisfy social demands and business requirements.
0171   ISBN 0-7818-0257-1 $14.95pb

(All prices subject to change.)

TO PURCHASE HIPPOCRENE BOOKS contact your local bookstore, or write to: HIPPOCRENE BOOKS, 171 Madison Avenue, New York, NY 10016. Please enclose check or money order, adding $5.00 shipping (UPS) for the first book and $.50 for each additional book.

Hippocrene Travel Guides
for Africa

(NEW) GUIDE TO SOUTHERN AFRICA
Botswana, Lesotho, Namibia, South Africa, Swaziland, Zambia and Zimbabwe (revised edition)

This guide to the great game reserves, cities and beach resorts of Southern Africa has been completely revised and supplemented with much additional material. It is packed with essential advice on where to go and what to see and includes many photos and maps of the region.

From the Kruger National Park in South Africa to the Etosha Pan in Namibia, from Botswana's Okavango and the Kalahari to Victoria Falls in Zimbabwe, the rapids of the Zambesi and the Luangwa Valley in Zambia, this guide covers all the legendary wildlife areas, as well as the museums, shops, sporting events and other points of interest in urban areas like Cape Town, Johannesburg and Blomfontein.

300 pages, 5 1/2 x 7 1/2, 0-7818-0388-8
$19.95pb

NAMBIA:
THE INDEPENDENT
TRAVELER'S GUIDE
By Lucinda and Scott Bradshaw

"A comprehensive guide ... covering all the practical details of travel in Namibia for the adventurous budget or luxury traveler." —*Book News*

This guide provides information on food, lodging and sightseeing in all four of the distinctive regions that comprise the country: the Namib Desert, the Great Escarpment, the Northern Plains and the lowlands in the East, as well as the new national parks in Mudumu and Mamili.

313 pages, 5 1/2 x 8 1/2, 0-7818-0254-7
$16.95pb

KENYA AND NORTHERN TANZANIA
by Richard Cox

"An invaluable book for tourists and Kenya residents alike"—*Sunday Nation*

This guide is a "must" for anyone contemplating a visit to the area. The general information explores all the opportunities available to travelers. Historical backgrounds of given areas, advice on how to drive and get around the back roads of Kenya and Tanzania as well as national park maps provide the information to plan and budget a trip.

200 pages, 4 x 7, 0-87052-609-X $14.95pb

(All prices subject to change.)

TO PURCHASE HIPPOCRENE BOOKS *contact your local bookstore, or write to: HIPPOCRENE BOOKS, 171 Madison Avenue, New York, NY 10016. Please enclose check or money order, adding $5.00 shipping (UPS) for the first book and $.50 for each additional book.*